# OF THE AGES

*Exposes the Timeless Wisdom*
*Encapsulated in over 2,000 Proverbs*
*of the Yoruba People.*

**Ayotunde O. Joshua**

CEDNIX PUBLISHERS
info@cednix.com

**ISBN-13: 978-1726194761**

**ISBN-10: 1726194760**

First Edition Published 2018.

Published by Cednix Publishers

Printed By Createspace,
Charleston, SC,
United States of America.

Available from Amazon.com and other book stores.
Available on Kindle and other devices.

https://www.facebook.com/oweyoruba
https://www.twitter.com/yoruba_proverbs

Audio of proverbs in Yoruba are available at:
https://www.instagram.com/yoruba_proverbs
https://www.youtube.com/channel/UC7jr1wIWAKWQ7AN_ychcjhw

# DEDICATION

To the Most High God, the giver of all wisdom.

# ACKNOWLEDGEMENTS

I want to give God all the glory, honour and praise for the design and completion of this book. He is the source of all wisdom; without Him, writing this book or any book on wisdom by anyone, in my opinion, would have been impossible.

Further, I will not fail to give thanks to each and every follower of "I Love Yoruba Proverbs" on Facebook, Twitter, YouTube, and Instagram. You may not know it, but collectively, you give me the energy and inspiration to keep on with the quest of propagating Yoruba proverbs in every possible ramification and seeking for ways to preserve them for future generations.

Thirdly, my sincere gratitude goes to my father-in-law, a teacher par excellence, Pa Joseph Olorunsola, for his insight and advice on his review of the book's manuscript.

In conclusion, I want to appreciate my family for the sacrifice made during the writing of this book. Significantly, I thank my friend, my helper and wife of 28 years, Foluke, for her continued support and sacrifice. In particular, I appreciate you for your immense contributions during the various stages of bringing the book to life. Thank you so much.

May God remember your labour of love and bless you all.


Ayotunde O. Joshua
Lagos, Nigeria.
October, 2018.

# TABLE OF CONTENTS

# PREFACE

*Wisdom of the Ages* extracts and shares the essential wisdom buried deep within the proverbs of the Yoruba people, for the benefit of mankind, regardless of tribe, class or creed. This book literally distils the results of my deep adventure with Yoruba proverbs for well over a decade now.

To the Yoruba people of Nigeria, of which I am a part, proverbs are generally literary devices: they aid in oral and written communications. It is unarguable therefore that proficiency in Yoruba language must be accompanied by demonstrable competence in Yoruba proverbs.

In addition and perhaps equally important, Yoruba proverbs collectively function as a store of wisdom. A significant number of the proverbs have been passed down over centuries from our forebears, through oral tradition. As a result, they have provided a veritable vehicle for conveying tried and tested wisdom from one generation to another. The proverbs are used to warn against untoward acts, advise on best course of action, praise for gallant acts, and extol commendable virtues. Yoruba proverbs are typically formed from observations of human and animal behaviour, and about life in general; an understanding of patterns generally found to hold true, and the lessons they teach are what has been composed as proverbs.

*Wisdom of the Ages* is in three parts, exposing wisdom from over 2,000 proverbs categorized into themes. Part 1, provides proverbs and wisdom emphasizing the foundational traits, which are important in virtually all aspects of life. Part 2, presents proverbs and wisdom, which are crucial to running the race of life and life's affairs. Part 3 concludes with those proverbs and wisdom, which should be imperative to making a success of life's journey. The book presents each proverb in translated English format, followed by its concise extracted wisdom; the originating proverb in Yoruba, which is in italics, then trails the wisdom.

To get the best out of this book, you can read it in whatever format pleases you. You can read it from the beginning to the end, jump from one part or chapter to another, or even look at snippets of wisdom in any part of the book as desired from time to time. In other words, because the proverbs and extracted wisdom in the book have been classified according to themes and numbered, the book lends itself to whatever approach to getting at the content suits you, the reader.

*Wisdom of the Ages* is a must-read for everyone, a veritable research tool on Yoruba proverbs and a necessary addition to homes and libraries the world over.

# PART 1

---

## FOUNDATIONAL TRAITS

# CHAPTER ONE

## Character, Integrity and Self-Respect

### CHARACTER

1.  **An honest life cannot but end well; if a life remains unpleasant, the person's character need to be examined.** Our character quite often determines our life's experiences; we reap what we sow, ultimately. *A kì í s'òótọ́ inú, kí ọ̀rọ̀ ẹni má d'ayọ̀, báyé ẹni bá burú ìwà èèyàn ló yẹ ká wò.*

2.  **That one was advised to be wicked is no reason to be, if one is not inherently wicked; who teaches anyone to do good?** Ultimately, we reflect our inner nature by our actions; we yield to counsels in a manner consistent with who we are deep down. *A kọ́'ni ò ní ká ṣe ìkà, báà ní'kà nínú; ta ni ńkọ́'ni kí a tó ṣe rere?*

3.  **The same rain that fell on the bitter leaf, also fell on the sugarcane.** Our reaction, good or bad, to any situation tells of who we are, and it is completely by choice. *Òjò tó rọ̀ sí ewúro, náà ló rọ̀ sí ìrèké.*

4.  **Destiny is what enthrones anyone as a king, but one's character dethrones one.** Unpleasant character traits can impose limitations, and these traits do limit us. *Orí ẹni ni í fi'ni í jọba, ìwà èyàn ni í yọ èyàn lóyè.*

5.  **Everyone has two names: one name called to one's face and another called behind one's back; to be called a good name behind one's back is why everyone should have a good character.** Good character is imperative; a good name is priceless. *Orúkọ méjì lèyàn ńní, ọ̀tọ̀ lorúkọ ojú, ọ̀tọ̀ lorúkọ ẹ̀hìn; nítorí orúkọ ẹ̀hìn ni kálukú fi ńṣọ́ ìwà á hù.*

6.  **A good name is better than gold and silver.** A good name, which does come from possessing a good character, is priceless. *Orúkọ rere, sàn ju wúrà àti fàdákà lọ.*

7.  **A good name is superior to ranks or titled positions.** A good name should not be compromised; positions or achievements as good as they are, pale to a good name. *Orúkọ rere ṣàgbà oyè.*

8.  **Adulterous relationships seldom last.** We ought to shun immorality; cultivate good character traits. *Ọjà àgbèrè kì í pẹ́ tú.*

9.  **God did not create the ant big for a reason; it would have been stinging people to death.** Unpleasant manners can impose limitations; never oppress others with your privileges. *Ọlọrun ò dá kainkain kó tóbi, àtapa ni ì bá máa ta èèyàn.*

10. **God does no evil; it is man who should be appeased.** Wicked actions all proceed from man, not from God. *Ọlọrun ò ṣe'bi, èyàn ni kí a bẹ̀.*

11. **A child that knows how to wash his hands will eat with the elders.** A well-mannered person will enjoy uncommon privileges. *Ọmọ tó bá mọ ọwọ́ ọ́ wẹ̀, á bá àgbà jẹun.*

12. **Intrigues will not let the hen fly; rebellion has not allowed the wild pidgeon to grow big.** Negative attitudes and character traits can impose limitations. *Rìkíṣí kò jẹ́ kí adìyẹ ó fò; ọ̀tẹ̀ kò jẹ́ kí òrofó ó dàgbà.*

13. **If turmoil subsists under the watch of an elder, it must be due to his or her untoward character.** Character development and maturity are crucial. *Tí ayé bá ti ojú àgbà bàjẹ́, àìmọ̀wàá á hù wọn ni.*

14. **It is mere vanity for a woman to be beautiful, but lack good character.** Good character is crucial; cultivate it. *Tí obìnrin bá dára, tí kò ní ìwà, asán ló jẹ́.*

15. **The foetus in an antelope goes everywhere with the antelope.** We are always with our characters and attributes, wherever we are; we cannot pretend to be who we are not, for very long. *Agódóngbó inú ẹtu ńbá ẹtu lọ.*

16. **While bad character limits us; our aspiration is what compels us to develop good character.** Good character is by choice; we can and should develop good character traits. Strive to be a better you. *Báa ó ti mọ ni kì í jẹ́ ká mọ ìwà á hù; báa ó ti tó ni kì í jẹ́ ká ṣìwà hù.*

17. **If one is a complete stranger in a town, one ought to simply reflect good character.** Good character is attractive and opens doors, where this is necessary. *Bí a bá dé ìlú táà léèyàn, ìwà rere làá ní.*

18. **If one builds a house and does not build up one's character, one may not find anyone to co-habit the house with.** Good attitude and character are crucial; it crowns one's efforts with the desired results. *Bí èyàn bá kọ́ ilé, tí kò kan'nú, kò ní rí èyàn báa gbé ilé ọhún.*

19. **Stupidity does not just jump on someone at adulthood; it has been with the person since childhood.** Bad character traits do not jump on people all of a sudden; the tell-tale signs would have been in place for long. *Dìndìnrìn kì í bá'ni l'ágbà, kékeré ní i ti í bá'ni í lọ.*

20. **Character is like smoke; it cannot be covered up.** No one can pretend to be who he is not for long; ultimately, our character shows through. *Èéfín ni ìwà; kò ṣeé fi pamọ́.*

21. **Anyone with a good destiny but a bad character will soon lose his destiny to his bad character.** Bad character traits do impose limitations and hamper us from achieving our goals, even if other conditions are favourable. *Ẹni tó ní orí rere tí kò níwà rere, ìwà a rẹ̀ ló máa ba orí rẹ̀ jẹ́.*

22. **A home that is at peace simply shows that the illegitimate child in it is not yet fully grown.** No one can give what he or she does not

have or be who he or she is not; ultimately those with bad character traits will show these traits for all to see. *Ilé tó ńtòrò, ọmọ àlè ibẹ̀ kò tí ì d'àgbà ni.*

23. **A person's character never leaves the person.** We are inseparable from our character; we cannot pretend to be who we are not for very long. *Ìwà kì í fi oníwà sílẹ̀.*

24. **Good character is the same as beauty; to be wealthy without good character is incomplete.** Good character is beautiful to behold; without it, all other achievements pales. *Ìwà lẹwà; ká lówó lọ́wọ́ láì ní ìwà kò pé.*

25. **Good character is superior to any goodluck charm.** Good character promotes and makes for good fortune. *Ìwà lọba àwúre.*

26. **Good character is man's adornment.** Good character is adorable and attractive; it makes a person beautiful internally and attractive. *Ìwà rere lẹ̀sọ́ ènìyàn.*

27. **Even if a whole mansion is given to a thief, this will not stop him from further stealing.** Those who steal because of greed will always steal, even if they do not lack; stealing is an aberrant character trait, which will always show through. *Tí a bá fi gbogbo ilé ńlá jin kólékólé, kò pé kó má jalè díẹ̀ kún un.*

---•◦●◦•---

## INTEGRITY

28. **A cheat sells and a cheat buys; a blind hen (fraudulently) sold dead in the night to a buyer, was paid for with counterfeit money.** Whatever is built on deceit hardly lasts; we reap whatever we sow, ultimately. *Jàmbá tà fún jàmbá rà; adìyẹ fọ́ lójú, a tàá lóru, ẹni tó ràá tún fi owó tí ò dáa san'wó.*

29. **The wild bat is (two-faced) neither birdlike nor ratlike.** Avoid duplicity; we should not be two-faced in our dealings. *Àjàò, kò ṣe eku kò ṣe ẹyẹ.*

30. **One should not know the husband of a maiden, and know her concubine as well.** This reflects Yoruba's worldview on marital expectations; cheating in relationships is considered unseemly. *A kì í mọ ọkọ ọmọ tán, kí a tún mọ àlè rẹ̀.*

31. **We should not know the truth, yet take delight in wrongdoing.** Personal integrity is crucial. *A kì í ní òtítọ́ nínú, ká gba àwìn ìkà sí ọrùn.*

32. **We should not invite a thief to steal (at a farm) and yet call on the farm owner to come and apprehend him.** To decry duplicity. *A kì í pe olè kó wá jà, kí a tún ní kí olóko wá mú u.*

33. **An elderly person cannot claim to have seen an elephant, and it will turn out to be a tiny rat.** Matured minds should reflect integrity. It is unbecoming and uninspiring for a matured person to be of low integrity *Àgbà kì í rí erin kó di èlírí mọ́ ọ lọ́wọ́.*

34. **Both the wasp and the bee denied responsibility, yet the farmer's face is heavily swollen.** This refers to denial in the face of incontrovertible evidence. Even if one verbally denies an act, there often exists incontrovertible evidence that underscores it. *Agbọ́n sẹ, oyin sẹ, ojú olóko rèé, gòdògbò godogbo.*

35. **It is better not to be a ruler than to be one who does not command respect in the town.** Personal integrity and self-respect are crucial. *Àkúkú ù joyè, ó sàn ju kéèyàn joyè, kí ẹnu rẹ̀ má kà ìlú lọ.*

36. **It is better not to have a child than have an irresponsible one.** Emphasises the importance of having a responsible offspring. *Àkúkú ù bí, ó sàn ju ọmọ ráda ràda.*

37. **The day will soon dawn on the person in rags, who is dancing at night.** Whatever is hidden will ultimately be revealed. *Aláàkìsà tó ńjó lóru, bó pẹ́ bó yá ilẹ̀ á mọ́.*

38. **Two people cannot be fooled with lies; if the person lied to does not know, the person lying knows he is lying.** Lies cannot be sustained for long. *Èèyàn meji kì í pàdánù irọ; bí ẹni tí a ńparọ́ fún kò bá mọ̀ ọ́, ẹni ńparọ́ mọ̀ pé irọ́ lòun ńpa.*

39. **Whoever is assisting a blind person to roast groundnuts ought to be whistling relentlessly.** Be honest in fact and in appearance. *Ẹni bá ńbá afọjú yan ẹ̀pà, gbọ́dọ̀ má a sú ìfé kíkan kíkan.*

40. **Whoever wants to take over someone else's inheritance will have to tell spurious tales.** Whoever wants to steal will tell lies; greed often compels a compromise of integrity. *Ẹní máa jogún ológún, á pa ìtànkítàn.*

41. **Whoever does not partake in questionable things cannot die a questionable death.** To indulge in questionable practices is to court questionable consequences. *Ẹni tí kò bá jẹ gbì, kò lè kú gbì.*

42. **Whoever is no longer interested in palmwine, should keep his hands off the palmwine keg.** Be consistent in fact and in appearance; our actions should be consistent with our intentions. *Ẹni tí kò mu ẹmu mọ́, yẹ kó gbọ́wọ́ kúrò lẹ́nu agbè.*

43. **Whoever is accused a (goat) thief should not be found dancing with a goat.** Do not take an action inconsistent with your profession; our actions ought to line up with our values. *Ẹni tí wọ́n ńpè l'ólè, kò tún gbọ́dọ̀ máa gbé ọmọ ẹran jó.*

44. **Anyone who wishes to convert lies to truths will war with his or her mouth.** Lying can be stressful. *Ẹni tí yóò sọ irọ́ di òtítọ́, yóò ja'gun ẹnu.*

45. **Whoever steals once, even if dressed in velvet, a thief he or she remains.** A good reputation can be easily destroyed by a single indiscretion. *Ẹni tó bá jalè lẹ́ẹ̀kan, tó bá d'aṣọ àrán b'orí, aṣọ olè ló dà bo'ra.*

46. **Whoever wants to be known as Oṣakala or Oṣokolo should make his choice clear; Oṣakala-Ṣokolo befits no one.** Avoid duplicity; do not double-deal or be two-faced. *Ẹni tó bá máa jẹ́ Ọ̀ṣákálá, a jẹ́ Ọṣákálá, ẹni tó bá máa jẹ́ Òṣokolo, a jẹ́ Òṣokolo; Ọ̀ṣákálá-ṣokolo kò yẹ ọmọ èyan?*

47. **Whoever knows how to hide things, should realise that those who know how to find them exists.** Nothing can be covered up forever;

it is only a question of time. *Ẹni tó bá mọ nǹkan pamọ́, kí ó ránti ẹni tó mọ̀ọ́ wá.*

48. **Both the dead and the missing will come face to face, one day.** Nothing remains hidden forever; whatever is covered up will one day be exposed. *Ẹni tó kú àti ẹni tó sọnù, wọ́n á fojú kan'ra wọn ní ọjọ́ kan.*

49. **A good person seldom needs to live in suspicion of others.** Maintain a clear conscience. *Ẹni tó ńṣe rere, ìwọn ló ńrin àrìnfura mọ.*

50. **The mouth of liars do not bleed (as to be easily identifiable).** Have healthy skepticism; people lie and liars cannot be easily figured out. *Ẹnu òpùrọ́ kì í ṣ'ẹ̀jẹ̀.*

51. **The same mouth that asserts that the crown is in order, should not assert that the crown is crooked.** Personal integrity is crucial; avoid duplicity or hypocrisy. *Ẹnu tí a bá fi pe Adé gún, kò yẹ kí a tún fi pe Adé ò gún.*

52. **Whoever has been compromised seldom speaks the truth.** Do not compromise your personal integrity. Once a person has received favours, he is unlikely to remain objective; do not compromise your integrity. *Ẹnu tó bá ti jẹ dòdò, kò ní lè sọ òdodo.*

53. **Deceit is not wisdom.** Shun deception; to deceive someone does not equate to being wise. *Ẹ̀tàn kì í ṣ'ọgbọ́n.*

54. **A house built using saliva would (ultimately) collapse under dew drops.** Whatever is based on deceit seldom lasts. *Ilé tí a fi itọ́ mọ, ìrì ló máa wóo.*

55. **If a lie has gone for twenty years, the truth will catch up with it in just one day.** Truth will prevail, eventually. *Tí irọ́ bá lọ lógún ọdún, ọjọ́ kan ṣoṣo ni òótọ́ yóò báa.*

56. **If fear of poverty makes one tell lies, lying will keep one in poverty, as well.** Honesty pays; dishonesty can be costly, at the end. *Tí ìṣẹ́ ò bá jẹ́ ká sọ òdodo, àìṣòdodo kò ní jẹ́ ká bọ́ lọ́wọ́ ìṣẹ́.*

**57. Rheumy eyes should be shown the rheum, so that they know for sure that they are not doing well.** Be straight and honest in your dealings with people; correct others firmly and truthfully, but in love. *Tí ojú bá ńṣe ipin, a máa ńyọ ọ́ hàn án ni, kó ba lè mọ̀ pé ohun tí òun ńṣe kò dára.*

**58. Once the hands had received questionable gifts, honesty would be far from the mouth.** Gifts can be compromising; be circumspect to receive gifts, especially when they are significant. *Tí ọwọ́ ẹni bá ti gba ìgbàkugbà, ẹnu ẹni kì í lè ṣọ òtítọ́ mọ́.*

**59. If one is not within the vicinity of falsehoods, one cannot be falsely accused.** Those who value integrity should steer clear of compromising environments. *Bí èyàn ò bá rìn ní igbèrí irọ́, wọn kì í paá mọ́'ni.*

**60. The honest inhabitants of Iloko town sleep on the floor; its liars ride on horses.** Honesty is quite often not appreciated where falsehood reigns. *Ọmọ asòótọ́ Ìlọkọ̀ ni í sun ilẹ̀ẹ́lẹ̀, purọ́ purọ́ wọn, ni í gorí ẹṣin.*

**61. If the devil gives a cap, he will collect a whole head in return.** It is unduly costly dealing with the devil or dishonest people. *Tí èṣù bá fún'ni ní fìlà, aá fi gba odindin orí lọ́wọ́ ẹni.*

**62. If the hands are clean and the conscience is clear, the rest is up to God and destiny.** Keep a clean hand and a clear conscience. *Tí ọwọ́ bá mọ́, tí ọkàn mọ́, èyí tó kù di ọwọ́ Elédùà, ó di ọwọ́ orí ẹni.*

**63. Even if a lie glows (and blooms), it will not yield good fruits (ultimately).** Integrity is crucial; whatever is founded on deceit will not endure. *Tí irọ́ bá tan iná, kò leè so èso rere.*

**64. Even if no one saw the person who shot an arrow upward and shields himself or herself with a mortar, God did.** Nothing can remain hidden forever. *Ẹni tó ta ọfà s'ókè tó yí odó bo'rí, bí ọba ayé kò rí i, t'ọrun ńwò ó.*

**65. Even if we pound yam and prepare yam flour meal for a difficult fellow, he will yet remain difficult.** A difficult person will remain difficult, regardless of what you do or say; do your best and leave the rest. *Báa gúnyán táa rokà fún kòfẹ̀kògbà, kò ní fẹ́, kò ní gbà, náà ni.*

66.  **Words are not comely in the mouth of a thief's mother.** Bad character traits often bring embarrassment. *Ọ̀rọ̀ ò dùn, lẹ́nu ìyá olè.*

67.  **A matter one is sure of does not stumble on one's lips.** To be truthful and honest presents no challenges; issues come from selling lies as truths. *Ọ̀rọ̀ tó bá dá'ni lójú, kì í kọsẹ̀ létè ẹni.*

68.  **A matter with enough substance of its own need not be broached with the talking drum.** The truth needs no sugar-coating. *Ọ̀rọ̀ tó bá ti l'ẹsẹ̀ nílẹ̀, a kì í fi ìlù sọ ọ́.*

69.  **If truly the tortoise has charms, it should have used it to cure its tail.** Be circumspect; it is not all claims that are true. *Bí ìjàpá bá lóògùn ni, ó yẹ kó ti fi wo ìran ìdí i rẹ̀.*

70.  **Only God can redress the injustice by one who shares meat with his teeth.** Those who craftily cheat others should not expect to get away with it. *Ọlọ́run ló máa dájọ́, afẹyínpẹ̀ran.*

71.  **Lying to obtain honour will always end in disgrace.** Whatever is obtained with deceit never lasts. *Pu'rọ̀ nní'yì, ẹ̀tẹ́ ni í kángun rẹ̀.*

72.  **Once the mouth has eaten, the eyes get closed off.** Once a person has been granted favours, he will not enforce what he ought to. *Tí ẹnú bá ti jẹ, ojú máa ńtì ni.*

73.  **Disgrace comes in just one day, but the shame persists through many days.** Guard a good reputation; a little indiscretion can be costly. *Ọjọ́ kan là ńbàjẹ́, ọjọ́ gbogbo lara ńti'ni.*

74.  **We all know how to make meat disappear in the mouth.** Deception is not an exclusive preserve of anyone; avoid it. *Kò sí ẹni tí kò mọ ọgbọ́n kí a fi ẹran sí ẹnu ká wá a tì.*

75.  **Everyone has his or her own name, because of the day a child will commit an offence.** Pursue a good name; we are all responsible for our words and deeds. *Nítorí ọjọ́ tí ọmọ bá máa dáràn, ló ṣe ńlórúkọ tirẹ̀.*

76. **Whatever is gathered through hypocrisy, hardly takes long to scatter.** Fruits of deception seldom last. *Ohun tí a bá fi àbòsí kó jọ, kì í pẹ́ túká.*

77. **Truths do sound stupid.** Truths are often inconvenient and quite often undesirable. *Òótọ́ ọ̀rọ̀, bí ìsọkúsọ ni.*

78. **While truths are slow selling, lies are paid for in full.** While truths are quite often not easily embraced, falsehoods are easily accepted. *Òtítọ́ dé ọjà ò kùtà, owó l'ọ́wọ́ ni wọ́n ńra èkè.*

79. **Truth is bitter.** Truth is often not popular and easily embraced. *Òótọ́ ọ̀rọ̀ korò.*

80. **The guard hired to watch over the house is the one stealing the domestic animals.** One expected to be a succour who turned out as the menace. Be perceptive; things are quite often more than they ordinarily appear. *Ọdẹ tí a fi ṣọ́ ilé, ni í pa'ni lẹ́ran jẹ.*

81. **Unbridled craftiness is what kills the grasscutter.** Crafty people eventually self-destruct; craftiness does not pay, in the long run. *Ọgbọ́n àgbọ́njù, ni í pa òdù ọ̀yà.*

82. **Whoever marries a woman based on false pretences will not keep the woman for long.** Be honest; dishonesty does not pay, at the end. *Ẹní fi irọ́ fẹ́ ìyàwó, kì í fẹ́ ìyàwó ọhún pẹ́.*

83. **The cock reflects maturity by rising early, but immaturity by defecating all around.** Preserve your personal integrity; some actions may counter and compromise our integrity and values. *Àkùkọ fi dídájí ṣàgbà, ó fi ṣìṣu sílẹ̀ ṣèwe.*

84. **The world hates truth; are not the truthful in a town, its enemies?** The world tends to embrace lies and liars and reject truths and people of integrity. *Ayé kọ òótọ́; ṣé bí olóòótọ́ ìlú ni ìkà ìlú?*

●●●●●

# HYPOCRISY

85.  **A blind man closed his eyes and insited he is sleeping; what did he see while awake?** Shun hypocrisy; be yourself and remain true to who you are. *Afójú tó dijú, tó ní óun ńsùn, ìgbà tí kò sùn, kí ló rí?*

86.  **Greet (as a friend) if want to, sell-out (like an enemy) if you may, but why be two-faced appearing as both a friend and an enemy?** No hypocrisy and duplicity; say what you mean and mean what you say. *Akíni ńjẹ́ akíni, afìnihàn ńjẹ́ afìnihàn, èwo wá ni "Ọkun o, ará Ìbàdàn", lójúde Ṣódẹkẹ́.*

87.  **A person, who regularly kills dogs to eat, claimed he is scared of chickens.** Be yourself; avoid hypocrisy. *Apajájẹ lẹrù adìyẹ ńba òun.*

88.  **If you are hungry say so or why threaten that if one bumps into you, you will collect one's yams and eat.** No hidden agenda; say what you mean. *Bí ebi bá ńpa'ni ká wí, àbí èwo ni bóo bá kọlù mí, màá gba iṣu ọwọ́ ẹ jẹ.*

89.  **People present a facade of humility when seeking favour; once satisfied, they easily lord it over their benefactors.** Be perceptive; you never know who someone really is, until he or she no longer needs you. *Tí ẹdá bá fẹ́ gba àwìn ẹbà, ni wọn máa ńṣe ojú àánú, tí wọn bá yó tán, wọn á di ọkọ olúwa wọn.*

90.  **If you are wicked, but pretend to be good outside, be aware that God will simply be laughing at you.** Avoid duplicity and hypocrisy; those pretending to be who they are not, ultimately will be exposed for who they really are. *Tí o ba fi inú ṣìkà, tí o fi òde ṣ'òótọ, Ọba Séríki á rín ọ rín ọ.*

91.  **Even if pounded in a mortar or ground on the grinding stone, pepper would remain inseparable from its character.** Old habits die hard. No one can pretend to be who he or she is not, for long; who we are ultimately will show through. *Bí a gún ata nínú odó, bí a lọọ lórí ọlọ, ìwà ata ò ní fi ata sílẹ.*

92.  **Call someone a hunchback if you must, but why refer to him as 'the man with a backache'.** No hypocrisy; call a spade a spade. *Bí a óò bá pe abuké, kí a pe abuké, àbí èwo ni bọọdá tẹ́hìn ńdùn.*

93. **If one pretends to be nice but engages in evil, what will question one will, eventually.** Shun hypocrisy. *Mú inú ṣe ìkà, mú òde ṣ'òótọ́, bó pẹ́ bó yá, ohun tí ńbi'ni kò ní ṣàì bi'ni.*

———————————•••⬤••———————————

## SELF-RESPECT

94. **A door that has no frame ought to cease all pranks.** Operate within your means. *Ilẹ̀kùn tí kò bá ní alùgbàgbà, kó yára dẹ́kun àpárá dí dá.*

95. **Only someone who has eyes can feel ashamed.** Only those who can identify the cause of shame can feel the shame. *Ẹní bá lójú, lojú ńtì.*

96. **Whoever does what no one has done, will experience what no one has experienced.** Wisdom is crucial. *Ẹní bá ṣe ohun tí ẹnìkan ò ṣe rí, á rí ohun tí ẹnìkan ò rí rí.*

97. **Whoever cannot afford a bicycle should not be buying a car on credit.** Operate within your means. *Ẹni tí kò lówó o kẹ̀kẹ́, kì í gba àwin mọ́tò.*

98. **No matter how you appear, no debt means no shame; debt is what can bring one to shame.** Operate within your means; handle debt with care. *Ò báà kúrú, ò báà párí, gbèsè ò sí, ẹsín ò sí; gbèsè ló lè fi'ni ṣẹ́sín.*

99. **Those involved in immorality seldom prosper.** Be discipline and cultivate good character traits. *Oníṣìná kì í ṣeun rere.*

100. **A drunkard and a mad person are on the same level.** Avoid drunkenness. *Ọ̀mùtí t'òun wèrè, ẹgbẹ́ ni wọ́n.*

101. **Those who operate within their means seldom get disgraced.** Live within your means. *Ṣebíotimọ kì í tẹ́.*

102. **Once an ant carries what is beyond its strength, its motion will be hampered.** Operate within your means. *Tí èèrà bá ti gbé ohun tó jùú lọ, dandan ni kó ni í lára láti rìn.*

103. **The person held in honour is the one who often discredits himself, eventually.** Self-respect is crucial. *Ẹni à ńgbé gẹ̀gẹ̀, ni yóò ba ara rẹ̀ jẹ́.*

104. **Rather than keep the books for the leopard, the lion will rather each should do its hunting, separately.** Self-respect is crucial. *Kàkà kí kìnìún ṣe akápò ẹkùn olúkálùkù á ṣe ọdẹ rẹ̀ lọ́tọ̀tọ̀.*

105. **Elderly persons may speak without deference, but they ought not to speak without first thinking.** Have self-respect. *Ojú làgbà ńyá, àgbà kì í yá'nu.*

106. **If God has not made one a father, one should at least attempt to act like an elderly person.** Have self-respect; avoid compromising or embarrassing situations. *Bí Ọlọ́run kò bá tí ì ṣe èyàn ní bàbá, a sì fi ìyànjú ṣe bí àgbà.*

107. **An elderly person ought not to behave unconscionably.** Self-respect is crucial. *Àgbàlagbà kì í ṣe láńgbá láńgbá.*

108. **One cannot defer to and call a cow a brother simply because one desires to eat beef.** Self-respect; there is a limit to everything. *A kò lè tìtorí pé a fẹ́ jẹran, kí a wá máa pe màlúù ní bọ̀ọ̀dá.*

109. **No one gives out what does not belong to him or her.** Self-respect; do not operate beyond your means or authority. *A kì í fi nǹkan onínǹkan t'ọrẹ.*

———————————————•••⬤•••———————————————

# CHAPTER TWO

## Humility, Honour and Faithfulness

### HUMILITY

110.   **A youngster may have as many clothes as an elderly person, but he or she cannot have as many rags.** Be humble; respect and honor those ahead of you. Even if you are better in some respects, you are unlikely to be in all important respects. *Bí ọmọdé bá láṣọ bí àgbà, kò lè ní àkísà bí àgbà.*

111.   **Only an empty vessel is noisy, the one filled with water is not.** Empty vessels make the most noise; noise and drama may well be a sign of emptiness. *Àgbá òfìfo ni í pariwo, èyí tó lómi nínú kì í dún.*

112.   **The river bank was damp with water, well before the rain fell on it.** There are many factors involved in human achievement; be modest as your achievements may have little to do with your contribution than you may have assumed. *Àkùrọ̀ ti lómi tẹ́lẹ̀, kí òjò tó rọ̀ si.*

113.   **A farmer with a thriving cocoa farm owes this not just to his effort, but to God.** Be modest; we owe more to God. *Àgbẹ̀ tí kòkó ẹ̀ yè, kì í ṣe mímọ́ọ́ ṣe ẹ̀, bíkòṣe Elédùà.*

114.   **The (clever) stripped rat gets caught in a trap, how much more the (stupid) water rat.** Be humble to exercise caution; avoid arrogance. *Àgó tó gbọ́n ṣáṣá èbìtì ńpa á, ańbọ̀tórí malaaju.*

115. **There is no end to superiority or seniority.** Be modest; there will always be someone ahead, just as there will be many behind you. *Àjùlọ kò lóòpin.*

116. **One partridge is not taller than another, except the one on a mound.** As humans, we are more alike than we are different; often what one person has achieved, another can duplicate; no one is irreplaceable. *Àparò kan ò ga jù ọkan lọ, à fi èyí tó bá gun orí ebè.*

117. **Bodies do not run for one another.** As humans, we are more alike than we are different; be humble regardless of who you are. *Ara kì í sá fún ara.*

118. **Whatever troubles forty is what troubles three hundred.** We are more alike than we are different. Whatever affects one, affects all. *Àrùn tó ńṣe ogójì, ló ńṣe ọọdúnrún.*

119. **You diluted the stew someone gave you; are you wiser than the original cook?** Never present yourself as smarter than those around you, even if you truly are. *A fún ọ l'ọbẹ o ta omi si í; ṣé o gbọ́n ju ọlọbẹ lọ ni?*

120. **The clothes worn by a guest and posing in arrogance is owned by the host as well, but the opportunity to wear it simply has not arisen.** Keep a modest lifestyle; do not assume that you are superior in any way than anyone. *Aṣọ tí àlejò wọ̀ tó ńgan apá, onílé náà ní irú u rẹ̀, óde ni kò tì í kàn án.*

121. **The earthworm that honours the soil, will find the soil opening up for it.** Humility promotes; it neutralizes resistance. *Bí èkòló bá júbà ilẹ̀, ilẹ̀ á lanu.*

122. **One puts up with the pap from a filthy vendor, yet he or she packs them unduly small.** Do not make a rather unjustified demand; be humble. *À ńrọjú jẹ ẹ̀kọ ọbùn, ọbùn tún ńpọ́n ẹ̀kọ rẹ̀ kéré.*

123. **If the snail is not tasty in the soup, we should not be hearing this from the frog.** Do not deride anyone for what you are incapable of achieving yourself; be modest. *Bí ìgbín ò bá dùn lọbẹ, ẹnu ọpọlọ́ kọ́ ló yẹ ká ti gbọ́.*

124.    **A youngster who honours the elders will live long.** Humility enhances conditions for longevity. *Bí ọmọdé bá júbà àgbà, á roko dalẹ́.*

125.    **Never claim to be better at Oyo dialect than an Oyo indigene.** Be modest; you cannot claim to know more about an issue than those directly concerned. *A kì í gbọ́ Ọ̀yọ́ ju ọl'ọọ̀yọ́ lọ.*

126.    **The person who killed a squirrel with a cutlass should still remain modest; at least, someone killed it with mere feet.** Be humble. There is no end to superior achievement in life. What is superior today, may well be quite ordinary tomorrow. *Ẹní kì afàdápakún lọ ṣe pẹ̀lẹ́, ṣebí èyàn ló fi ẹsẹ̀ tẹ ehoro pa.*

127.    **Anyone helped to mount a pig should remain humble; even those on horses, would eventually dismount them.** Be humble, especially when in a high position; it is easier to fall than to rise. *Ẹni táa gbé gun ẹlẹ́dẹ̀, ìwọ̀n ni kó yọ̀ mọ; ẹni tó gun ẹsin gan an, ilẹ̀ ló ńbọ̀.*

128.    **The person with a load on his head, who insists no one can help him put it down, should be asked about how the load got to his head, in the first place.** Be modest; inordinate arrogance can be repulsive. Besides, most human achievements cannot only be replicated but exceeded. *Ẹni tó gbé ẹrù sí orí, tó ní kò sí ẹni tí ó lè sọ òhun, ẹ sọ fún un pé taló gbé rù ú?*

129.    **No matter how wise the shell is, it must need trail its snail.** Be humble; often there is more to life than is obvious. No matter how endowed anyone is, there may well be someone quite unassuming who is better. *Gbogbo ọgbọ́n tí ìkarahun bá ní láyé, ẹ̀hìn ìgbín ló máa tọ̀.*

130.    **We advise a youngster not to get burnt with the house, out of love; if he gets burnt with the house, his ashes are of no use to us.** Good advice is for the benefit of the one advised. It is wise to be humble enough to take to good counsel, as ultimately the benefit is first to the one advised. *Ìfẹ́ la ní sí ọmọ tí a ṣe ní kó máà jóná mọ́ ilé; bó bá jóná mọ́ ilé, kò sí ohun tí àá fi eérú rẹ̀ ṣe.*

**131.** **The fried bean cake was still naked, when the steamed bean cake had been trendy.** Be humble and keep a modest outlook, whatever your status. *Ìhòhò l'àkàrà wà, tí mọín mọín ti ńṣoge.*

**132.** **Be modest in a dance you are not adept at, in the presence of the king.** Be modest; do not make a public show of your ignorance. It is better for a fool to keep quiet than open his mouth and remove all doubts in the ears of his listeners. *Ijó tí kì í ṣe ijó ẹni, ìwọn là ńkó gbẹdu rẹ̀ lójúde ọba.*

**133.** **A thief enters the market and the sugarcane seller hurriedly packs up; what is his worth along with his wares?** It is not smart to have unduly outsized opinion of oneself; remain modest. *Jàgùdà wọ ọjà onírèkè ńkó igbá; élòó ni ìrèkè àti ẹni tó ńtà á?*

**134.** **The winged termite should praise all birds: it flew in just one day and lost all its wings.** Recognise and appreciate the contributions of others; this will not deduct from or reduce the glow of yours. Besides, what seems ordinary to you may well be a great step for another. *Kí esunsun yin ẹyẹ, ó fò ní ọjọ́ kan ṣoṣo, ìyẹ́ ẹ rẹ̀ re.*

**135.** **Before the draw soup came to be, okro had been showing off on pounded yam.** Be humble; there is nothing new under the sun. *Kí ọọ́yọ́ tó dé ayé, ni ilá ti ńṣe fàârí lórí iyán.*

**136.** **Clothes were worn before the white man (or colonialism) came (to Africa).** Remain modest; do not assume there is no one like you or your achievements could not have been duplicated by someone else. No one really is indispensable. *Kí òyìnbó tó dé, la ti ńwọ aṣọ.*

**137.** **What will the baby bird do for its mother bird, but to grow up and fly away?** Be modest; do not retain an inflated view of your impact in the lives of others. *Kíni ọmọ ẹyẹ yóò ṣe fún ìyá a rẹ̀, ju pé kó dàgbà kó fò lọ?*

**138.** **No one made salt sweet; its sweetness is innate to it.** Be humble; the success or an achievement of someone may not necessarily come from your contribution as you deem it. There are several other factors at play, which may not be obvious. *Kò sí ẹni tó fi dídùn sí iyọ̀; àtọrun ni iyọ ti mú adùn un rẹ̀ wáyé.*

139. **A cow should not be boasting in the presence of a horse.** Do not be boastful or arrogant in the presence of anyone, especially someone whose assistance you may one day require; your prior boasts may generate needless resentments. *Màlúù kò lè lérí, níwájú ẹṣin.*

140. **The repeated boasts of "I am beautiful, I am beautiful", typically ends in making whoever is making the boasts appear ugly.** If you must blow your horn, blow it with caution; it is better to remain modest.. *Mo dára, mo dára, àìdára ni í pẹ̀kun rẹ̀.*

141. **The lion was active in fashion, while the monkey was yet on trees.** Be humble; this proverb decries inordinate arrogance. *Nígbàtí kìnìún ti ńṣe ẹṣọ́, orí igi l'ọbọ ọ wà.*

142. **When was the fried bean cake "born" that it is procreating as well?** Do not be obtrusive, remain modest. *Nígbàwo la bí àkàrà, tí àkàrà ńbímọ?*

143. **Since when did the leopard skin bag become what a child harvests okro with?** Be humble; do not be presumptuous. *Nígbàwo làpò ẹkùn di ìkálá fún ọmọdé?*

144. **The kolanut fruit that hides itself is the one that grows to maturity.** Be modest; avoid drawing undue attention to yourself. Not all opportunities that are beneficial; some are traps in disguise. *Obì tó bá fara pamọ́, ló máa ńgbó.*

145. **What an elder sees while sitting, a youngster on a tree cannot see it.** Be humble and willing to learn from anyone, especially those who had gone ahead of you. *Ohun tí àgbà bá rí lórí ìjókòó, tí ọmọdé bá gun orí igi kò lè rí i.*

146. **A minor chief should not be boastful in the presence of the king.** Remain modest and never boasts in the presence of those ahead of you. *Olóyè kékeré, kì í ṣe fààrí níwájú ọba.*

147. **Only God is wise; man simply makes attempts.** Have a sense of humility; the battle is not necessarily to the wise. We owe more to God and His unseen forces than we care to admit. *Olúwa lógbọ́n; ìyànjú lẹdá ńgbà.*

148. **A hunter who killed an elephant with a mere cap would be praised for just one day; the next day, he would be seen as a wicked sorcerer.** Remain modest and small in your own eyes. Exceptional performance can both astound and invite resentments and envy. *Ọdẹ afifilàperin, ọjọ́ kan ni iyì rẹ̀ ńmọ, tó bá di ọjọ́ kejì, ó ti di olóògùn ìkà.*

149. **An indolent cannot suffer on two grounds; if he lacks strength, he will be boastful.** Empty vessels often make most noise. Never brag nor boast. Typically those who really have no reasons to boast are often the ones who do. *Ọ̀lẹ kì í jìyà ọnà méjì; tí kò bá lápá, á lẹ́nu.*

150. **A youngster who would not despise the words of elders would be long favoured with their wisdom.** Be humble to learn from those ahead; humility attracts favour from others. *Ọmọ tí kò bá sọ pé ẹnu àgbà ńrùn, yóò jẹun àgbà kalẹ́.*

151. **Even if one were seeking an animal that can butt one to death, is it like a snail?** Be humble; this expression is typically used as a response to one who has an unduly high opinion of himself or herself. *Tí a bá ní kí a mú ẹran tí yóò kan'ni pa, ṣé bí i ti ìgbín ni?*

152. **When the king's messenger is to be disgraced, he will challenge the king.** It is unwise to dare one's superior; whoever does, courts disgrace and embarrassment. Remain humble. *Tí ìlàrí bá fẹ́ tẹ́, á ní kí l'ọba yóò ṣe.*

153. **Even if the beard of a hired hand is so long as to sweep the floor, his hirer remains his boss.** Be humble to recognise and respect those above you and those whose patronage or favour you require. *Tí irùngbọ̀n alágbàṣe bá gùn títí tó ńwọlẹ̀, ẹni tó gbé oko fún un l'ọgá a rẹ̀.*

154. **If one is blessed with a fine yam, one should eat it under wraps, so that one can eat it for long.** Do not make a needless open show of your achievements; avoid ostentatious lifestyle. Do not draw needless attention to yourself; it is not all attention that are positive. *Bí iṣu ẹni bá funfun, a máa ńfọwọ́ bòó jẹ ni, káa ba lè jeẹ́ pẹ́.*

**155.  If you are wise, keep it to yourself, not everyone wants you well.** Be modest in displaying your talents and intelligence; excessive and pompous display often invites resentments from others. *Tí o bá lọgbọ́n, fi sí ikùn ara à rẹ, ayé kò fẹ́ kó yẹ 'ni.*

## MEEKNESS IS NOT STUPIDITY

**156.  The elephant is simply unpretentious; its lordship of the forest is not in doubt.** Meekness is not stupidity; do not mistake gentleness for stupidity. *Dídákẹ́ lerin dákẹ́, àjànàkú ló lẹ̀gàn.*

**157.  The monkey is not so stupid that its tail will be toyed with; whoever pulls its tail will be bitten.** Do not mistake gentleness for stupidity. *Ọ̀bọ ò gọ́ bí i ti ká fàá ní 'rù; táa bá fàá ní 'rù, ọmọ ẹranko á gé 'ni jẹ.*

**158.  The slow and gentle gait of the leopard is not out of cowardice.** Do not mistake gentleness for stupidity. *Yíyọ́ ẹkùn, kì í ṣe t 'ojo.*

## HONOUR

**159.  Only those who would deride the elephant would claim they saw it in a jiffy; its presence is unmistakable.** Give credit where credit is due; deride no one. *À fi ẹni tí yóò bá pẹ̀gàn Àjànàkú, lá lóun rí nǹkan firí; báa bá rí erin ká wí.*

**160.  One should not bring the king (or royalty) into disrepute.** Give honour to whom it is due. Do not bring into disrepute those for whom honour is due. *A kì í fi orí adé sán gbàǹgede.*

**161.  Catch it, tether it, cannot be referring to an elephant.** Give honour to whom it is due. *Ẹ mú u, ẹ so ó mọ́lẹ̀, ẹranko bí erin kọ́.*

162. **A warrior who claimed he killed ten people in battle, but got home to actually trample on ten chicks; even if his deeds at war could not be confirmed, those at home can at least be attested to.** Give credit where credit is due and give people their due; duly recognise exceptional performance. *Jagunjagun tó lóun pa èyàn mẹ́ẹ̀wá lójú ogun, tó tún délé tó tẹ ọmọ adìyẹ mẹ́ẹ̀wá pa; ṣebí tí ojú kò bá rí ti ojú ogun, ojú á rí ti ilé.*

163. **Whatever the king declares becomes the law.** Respect the authority of those ahead. *Ohun tí ọba bá sọ, abẹ gée.*

164. **We ought to give to the eyes what befits them.** Give people their due and give everyone his or her space. *Ohun tó bá tọ́ sí ojú, òhun là á ńfún ojú.*

165. **One ought not to step the ground with the eyes with which one sees.** Give honour to whom it is due; do not go out of your way to embarrass those above you. *Ojú tí a fi í ríran, a kì í fi tẹ ilẹ̀.*

166. **The soup a husband does not eat, his wife should not cook.** Do not indulge in acts offensive to those above you or those whose favour you seek. *Ọbẹ̀ tí baálé ilé kì í jẹ, ìyálé ilé kì í sè é.*

167. **The cockroach is way ahead for having a top robe; the spider spins threads all its life, yet what clothes came out of them?** Recognise excellent achievement wherever possible and give credit as it is earned. *Ọ̀gá l'aáyán tó dá'gbádá, aláǹtakùn tó fi ayé rẹ̀ ta òwú, aṣọ kí ló fi dá?*

168. **A child does not kill another to live.** Give everyone their due. *Ọmọ kì í pa ọmọ j'ayé.*

169. **A child, who looks at his mother with disdain, beckons on interminable poverty.** Honour your parents. Yoruba people holds that having nurtured and raised a child, the parents should in turn not only be honoured by the child, but cared for in their old age, as well. *Ọmọ tó mọ́ ìyá a rẹ lójú, òṣì ni yóò ta ọmọ náà pa.*

170. **One cannot leave the legs and trip with the mouth.** Give honour to whom it is due. *A kì í fi ẹsẹ̀ sílẹ̀, fi ẹnu kọ.*

171.  **Only the corns with well-formed grains are sold to one's neighbours.** Do not give anything compromised to anyone, least those close to you. *Àgbàdo tó bá lọmọ, la ńtà fún aládúgbò ẹni.*

172.  **Not giving honour to those truly ahead of one is why the world is in disorder.** Give honour to whom it is due. *Àìfàgbà fún ẹnìkan, ni kò jẹ́ kí ayé ó gún.*

173.  **The back view of one's father (or heritage) should not be ridiculous to one.** Honour your source and respect those who have been of assistance to you. *Àkọyìnsí bàbá ẹni, kò gbọdọ̀ pa'ni lẹ́ẹrín.*

174.  **Whoever cites a proverb in his in-law's house will be the one to interpret it, as well.** Be civil and courteous to everyone. *Ẹní bá pa òwe ní ilé àna, òun náà ló máa túmọ̀ ọ rẹ.*

———————————•••●◗◖●•••———————————

# LOYALTY

175.  **One cannot know the owner of a dog and get it pelted.** Walk in wisdom. *A kì í mọ okùn alájá, ki a lẹ́ẹ̀ l'ókò.*

176.  **The parasitic plant has no root; it lives off all trees.** Those who sponge off others are seldom loyal. *Àfòmọ́ ò légbò, gbogbo igi ni í bá tan.*

177.  **Whoever can join one to eat ripe plantains should be able to join one to eat the unripe ones, too.** Whoever savours the good times should also stick around during tough times, as well. *Ẹni bá'ni jẹ ọ̀gẹ̀dẹ̀ pípọ́n, yẹ kó lè bá'ni jẹ dúdú náà.*

178.  **The pidgeon will not dine and wine with one, but fly away during trying times.** Be faithful; a benefactor should not be abandoned, when things go awry. *Ẹyẹlé kò ní bá onílé jẹ, kó bá onílé mu, kó wá fò lọ lójọ́ ìpọ́njú.*

———————————•••●◗◖●•••———————————

# FAITHFULNESS

179. **A wife who is obedient to her husband will be shielded from shame.** Disagreeable behaviour from wife to husband and vice versa will not make for a peaceful home. *Ìyàwó tó bá gbọ́rọ̀ sí ọkọ lẹ́nu, làṣírí ẹ̀ ńbọ̀.*

180. **Here is the squirrel's head in the plate (of soup); a child should heed his parents' counsel.** Be humble to be obedient to those in authority over you. *Orí ọkẹ́rẹ́ konko l'áwò; bí a wí fún ọmọ ẹni a gbọ́.*

181. **The locust beans condiment insisted it had never been so disrespected, as when it got to Oke Imesi town and was referred to as dog ticks.** Respect everyone; give everyone their dues and their spaces. Do not dabble uninvited into someone else's turf. *Irú lóun kò tẹ́ rí, à fi ìgbà tí òun dé Òkè Ìmẹ̀sí, tí wọ́n pe òun léégbọn.*

182. **The young palm frond deriding the old ones will soon be an object to be picked on the ground, as well.** Honour those ahead of you, even if it seems that they are not as competent as you imagine. You have no idea what if feels like to wear their shoes. *Màrìwò tó ńfi ìgbágọ ṣe ẹsín, òun náà ńbọ̀ wá di àgbélẹ̀he.*

183. **A farm cannot belong to both father and son, and not have a line of demarcation.** People are entitled to their spaces; do not deny them this privilege. Respect others. *Oko kì í jẹ́ ti baba àti ti ọmọ, kó máà ní àlà.*

184. **A leper is definitely incapable of churning milk, but can very well waste it.** Do not be naïve to assume you can ignore or despise those who cannot build, they may be able to destroy. *Adẹtẹ̀ ò lè fún wàrà, ṣùgbọ́n ó lè da wàrà nù.*

185. **A youngster who respects elders will live long.** Whoever respects everyone, especially those ahead of him or her, is unlikely to be exposed to the risk of what befalls those who do not. It pays to give people their due. *Ọmọdé tó bá bọwọ̀ fún àgbà, á pẹ́ lórí ayé.*

186.    **A youngster who castigates older generations as stupid is abusing his father.** Be respectful to and honour those ahead of you. *Ọmọdé tó bá ní ará ijọ́ ọ̀hún gọ̀, bàbá a rẹ̀ ló ńbú.*

187.    **What one will not accept when rich should be rejected while still poor.** Be consistent. *Ìwọsí tí èyàn kò ní fi ara mọ́ tó bá di olówó, tálíkà lá ti kọ̀ ọ́.*

188.    **If a youngster will not hesitate to mount a donkey, the donkey will not hesitate to throw him.** Respect is reciprocal. Respect everyone and look down on no one; while you may be better in some respect, others are better in other respects, as well. *Tí ọmọdé kò bá ti ojú làti gun kẹ́tẹ́kẹ́tẹ́, kẹ́tẹ́kẹ́tẹ́ náà kò ní ti ojú láti làá mọ́lẹ̀.*

189.    **An elephant cannot trumpet and its baby trumpets, too; a baby elephant that wants to trumpet will seek its own domain.** Defer to and respect people, especially when you are in their turfs or spaces; do not seek to or assume you can override anyone in his or her space. *Erin kì í fọn kí ọmọ rẹ̀ fọn, ọmọ erin tó bá tó ó fọn, á wá ìgbẹ̀ ẹ tirẹ̀ lọ ni.*

190.    **Whoever gives his dog a name implying he has no regard for elders will find the dog eaten up by hyena.** Respect those who have gone ahead of you; it pays. *Ẹni tó sọ ajá a rẹ̀ ni Àgbàkòsí, ìkokò ni yóò pa ajá náà jẹ.*

# CHAPTER THREE

Patience, Moderation
and Tolerance

## PATIENCE

191.  **A lean child cannot be fattened in just one day.** Good things take time; be patient; do not force issues before their time. *A kì í fi ọjọ́ kan, bọ́ ọmọ tó rù.*

192.  **One does not sip hot soup in haste; else, it will hurt one's mouth. And when the soup cools, with what mouth will one eat?** Be patient; douse complex and critical situations with patience. *A kì í kán'jú lá ọbẹ̀ gbígbóná, tí a bá kán'jú lá'bẹ̀ gbígbóná, á bó'ni l'ẹnu, tí ọbẹ̀ bá wá tutù tán, ẹnu ù wo là ó fi j'ata.*

193.  **A patient elder already has everything.** Ultimately, virtually all issues can be resolved if one is patient enough. Patience is a great virtue. *Àgbà tó ní sùúrù, ohun gbogbo ló ní.*

194.  **Gorilla's impatience is what made it an inhabitant of the forest.** Be patient; impatience can be costly. *Àìnísùúrù ìnàkí, ló sọ́ di ará inú igbó.*

195.  **Never be annoyed with someone you have not seen (or heard out).** Do not rush to judgment; always give people the benefit of the doubt. *A kì í bí'nú sí ẹni tí a kò rí.*

196.  **What a horse never enjoyed, its tail, with patience, would surpass it.** The horse-tail often ends up as flywhisk after the death of the

horse, and as a result gains access to where the horse could never hope to get to. Be patient; the best is yet to come. *Ayé tí ẹṣin kò jẹ, tí ìrù ìdí rẹ bá ní sùúrù, á jẹ jù bẹ́ẹ́ lọ.*

197.  **Even if a slave will be adopted as a son, it is not an issue to be resolved in one day.** Good things take time; be patient. *Bí ẹrú yóò bá tilẹ̀ di ọmọ ẹni, kì í ṣe ọ̀rọ̀ oòjọ́.*

198.  **If the wicked prospers and the righteous does not, kindness will prove unappealing, before long.** Be patient and keep up whatever good work you are doing; good things take time. *Bí ilẹ̀ gbe òṣìkà tí kò gbe olóòótọ́, bó pẹ́ títí oore á sú'ni í ṣe.*

199.  **To drink hot soup requires patience.** Crucial issues must be patiently handled. *Ẹ̀kọ gbígbóná ńfẹ́ sùúrù.*

200.  **A groom should not be craning his neck to peek at his bride.** Be patient; avoid undue haste to force issues before their time. *Ẹni á ńgbé ìyàwó bọ̀ wá bá, kì í ga'rùn.*

201.  **Whoever would patiently dismember an ant would see its intestines.** Patience can achieve the seemingly impossible. *Ẹní bá rọra pa èèrà, á rí ìfun inú u rẹ̀.*

202.  **Snakes climb coconut tree with patience.** Be patient, but determined. *Ẹ̀sọ̀ ẹ̀sọ̀ lejò fi ńgun igi àgbọn.*

203.  **Gambari (a person of Northern Nigeria extraction) ate not a few kolanuts before his teeth turned brown.** Be patient. *Gàmbàrí jẹ díẹ̀ l'óbì, kí eyín tó pọn.*

204.  **Anger yields nothing, but patience is the epitome of good character; a patient elder already has everything**. Be patient; patience is superior to anger. *Ìbínú kò da nǹkan, sùúrù ni baba ìwà; àgbà tó ní sùúrù, ohun gbogbo ló ní.*

205.  **A calabash gently handled hardly breaks, and a plate gently handled hardly shatters.** Handle issues with patience and level-head. *Igbá a pẹ̀lẹ́ kì í fọ́, àwo pẹ̀lẹ́ kì í ya.*

206. **Patience and impatience are equivalents (ultimately); those in haste will not go pass their homes and those going calmly will not fail to get home.** Be patient; slow and steady wins the race. *Ìkánjú òun sùúrù ̀ogbọ̀ọgba niwọ́n, nítorí asúrútete kò ní kọjá ilé, arìngbẹ̀rẹ̀ gan kò ní sùn s'ọ̀nà.*

207. **There is nothing 'cooked' by patience that will not get done.** Do not give up; with patience, even complex issues get resolved. *Kò sí ohun tí sùúrù sè, tí kò jinná.*

208. **God backs the patient.** Ultimately, things work out for those who are patient. *Lẹ́hìn onísùúrù l'Ọlọ́run wà.*

209. **Everything is turn by turn; the (chieftaincy) title given to an Iwo indigene would soon be given to someone from Ede.** Life is in phases; be patient in hope. *Mọ̀kàn mọ̀kàn loyè ́nkàn; oyè tó kan ará Ìwó, ó ́nbọ̀ wá kan ará Ẹ̀dẹ.*

210. **To completely scoop a river that one scooped over and again undepleted, needs patience.** Complex issues require patience; be patient. *Odò tí a gbọ́n gbọ́n tí kò gbẹ, à á fi sùúrù sí i ni.*

211. **What is calmly handled presents no issue; it is what is hastily addressed that brings stress.** Be patient. *Ohun tí a bá fi ẹ̀sọ̀ mu, kì í bàjẹ̀, ohun tí a bá fi agbára mú, ni ́nni'ni lára.*

212. **What is not much is what will prove insufficient to share.** Be patient. *Ohun tí kò pọ̀, ni kì í tó ó pín.*

213. **The royal heir who is wearing a cap is simply in haste; he will get to put on far more than velvet caps when he ascends his father's throne.** Do not be in haste to force issues before their time; patience is crucial. *Ojú ló ́nkán àrẹ̀mọ tó ́ndé fìlà, tó bá gorí ìtẹ́ bàbá a rẹ̀, yóò dé ohun tó ju àrán lọ.*

214. **The person using a perfume is simply in haste; he or she will eventually smell (upon dying).** Be patient; do not be in haste to force issues before their due time. *Ojú ló ́nkán ẹni tó ́nlo tùràrí, kó sí ìgbà tí kò ní rùn.*

215. **The woman getting divorced from her husband is simply in haste; will they not at some point be separated by death?** Be patient; do not be in haste to force issues before their due time. *Ojú ló ńkán ìyàwó tó ńkọ ọkọ rẹ̀; ìgbà wo ni ikú ò ní yà wọ́n?*

216. **The seller of locust beans condiment is merely in haste; the seller of melon seed condiment will not sleep in the market.** Be patient; do not be in haste to force issues before their due time. *Ojú ló ńkán onírú, ológìrì kò ní sùn sí ọjà.*

217. **A cheated husband is merely in haste; the illegitimate relationship will ultimately end.** Be patient; issues do not take unduly long to play out. *Ojú ló ńkán ọkọlóbìnrin; àlè méjì á jà dandan.*

218. **The money that got lost is merely in haste, it will be spent, eventually.** Avoid undue haste, let things evolve at their time. *Ojú ló ńkán owó tó sọnù, ìgbà wo ni níná ò ní kàn án tẹ́lẹ̀.*

219. **A meeting date is not far off, it merely appears so.** Issues do not take unduly long to play out; they merely seem so. *Ojú ló pẹ́ sí, ìpàdé kì í jìnnà.*

220. **Never paddle wildly in a stormy sea.** Complex issues need to be carefully and patiently handled. *Òkun kì í hó ruru, kí a wàá ruru.*

221. **Only a patient person can get to milk a lioness.** Patience makes difficult tasks achievable. *Onísùúrù ló ńfún wàrà kìnìún.*

222. **It is with wisdom and patience that an elder runs from a cow.** Wisdom and patience can help avoid complications. *Ọgbọn ọgbọn, ẹsọ̀ ẹsọ̀, làgbàlagbà fi ńsá fún màlúù.*

223. **How long will one live on the earth that one will don the garb of iron?** Worry less; patience is crucial. *Ọjọ́ mélòó la ó lò láyé, tí àá fi ńwọ ẹwù irin?*

224. **It is not the day one grows tall that one reaches the sky.** Good things take time. *Ọjọ́ tí a gùn, kọ́ la ńkan ọrun.*

225. **One typically gets unduly excited on a day one will get lost.** We are often in a hurry to take steps that often may not be to our advantage; pause a bit when unduly anxious about a matter. *Ọjọ́ tí a ó bàá nù, gágá lara ńyá'ni.*

226. **It is not the day a baby stands up for the first time that he or she walks.** Be patient; good things take time. *Ọjọ́ ti ọmọdé nàró, kọ́ ni í rìn.*

227. **A prince should not be in haste to watch a thief being apprehended; the matter would still be settled at the palace.** Do not force issues before their time. *Ọmọ ọba kò gbọdọ̀ kánjú wo ìran olè, nítorí ààfin náà ni wọ́n yóò ti dájọ́ ọ rẹ̀.*

228. **A youngster who wants to learn the eulogies of an elder will need to have lots of patience.** Lofty heights attained by others are not unachievable; patience is needed. *Ọmọdé tó fẹ́ mọ oríkì àgbà, á ní ọpọ̀lọpọ̀ sùúrù.*

229. **A path that leads one to failure, with patience, may well lead one to success.** Do not give up; be patient and persistent. *Ọ̀nà tí èèyàn tọ̀ tó ṣubú, bí èèyàn bá ní sùúrù, èyàn lè tọọ́ là.*

230. **Whoever wants to receive the prostration of a lame needs lots of patience.** Patience makes a difficult situation, acceptable. *Sùúrù la fi ńgba ìdọ̀bálẹ̀ arọ.*

231. **Patience is the epitome of character; an elder who has patience has everything.** Patience is crucial. *Sùúrù ni baba ìwà; àgbà tó ní sùúrù, ohun gbogbo ló ní.*

232. **If a snake were to be burnt as its length is, the house will be set ablaze.** Reactions should be tempered and not necessarily commensurate. *Tí a bá ní bí ejò ṣe gùn tó, la ṣe fẹ́ dá iná sun ún, àá dá'ná sun ilé.*

233. **If one tarries long at the dunghill, one will see a housefly with a hump, eventually.** With time and patience, virtually nothing is impossible. *Tí a bá pẹ́ ní ààtàn, a máa rí abuké eṣinṣin.*

**234.** **Even if a hen is as tall as a house, it will ultimately end up in a cage.** With time, issues play themselves out. *Tí adìyẹ bá ga tó tó ilé, àgò náà ló máa de gbẹ̀hìn.*

**235.** **If the mouse is exceptionally smart, the cat will patiently catch it.** Be patient. *Tí eku bá gbọ́n ṣáṣá, ológbò á fi sùúrù mú u.*

**236.** **If one is patient, what is insufficient will soon be excessive.** With patience, whatever is inadequate soon become excessive. *Tí èyàn bá ní sùúrù, ohun tí kò tó, ṣì ńbọ wá ṣẹ́kù.*

**237.** **If one lives long enough, one will eat far more quantity of meat than an elephant.** Keep hope alive; do not give up. *Tí èyàn bá pẹ́ láyé, á jẹ ẹran tó ju erin lọ.*

**238.** **If the eyes are careful and patient enough, they will see the nose.** Patience makes difficult tasks achievable, ultimately. *Tí ojú bá fi ara balẹ̀ á rí imú.*

**239.** **If one has not grabbed the handle of a cutlass, one should not be seeking the murderer of one's father.** Do not force issues before their due time. *Tí ọwọ èyàn kò bá tí ì tẹ èkù àdá, kì í bérè ikú tó pa bàbá a rẹ̀.*

**240.** **Whoever lives life in a quiet manner is the one who lives long.** Be patient. *Ẹní bá gbé ayé jẹ́jẹ́, ni í gbé ayé pẹ́.*

## MODERATION

**241.** **One cannot be so angry with the refuse dump as to throw refuse into the forest.** Be moderate. *A kì í bínú ààtàn, kí a da ilẹ̀ sí ìgbẹ́.*

**242.** **One cannot be so angry with the head as to place the hat on the navel.** Moderation is crucial. *A kì í bínú orí, kí a fi fìlà dé ìdodo.*

**243.** **No one takes salt according to how wealthy he or she is.** Do not be needlessly superfluous. *A kì í fi ọlá jẹ iyọ̀.*

244. **No one speaks so much as to deplete the saliva in one's mouth in order to be vindicated.** Avoid excess in anything. *A kì í torí àwíjàre, kí itọ́ ó wá gbẹ l'ẹ́nu.*

245. **One should not poke a stick into one's eye simply because an insect entered the eye.** Adopt extreme measures with caution. *A kò gbọdọ̀ tìtorí kòkòrò kó sí'ni lójú, kí a wá ki igi bọ ojú náà.*

246. **One cannot cut off the head, simply because the hair has lice on it.** Drastic approaches should be undertaken with caution. *A kò lè tìtorí iná orí, bẹ́ orí náà sọnù.*

247. **One cannot take out the tastelessness of the steamed bean cake on the leaf wrappings.** Avoid drastic or radical responses. *A kò lè tìtorí pé ọlẹ̀lẹ̀ ò dùn, kí a fìkanra mọ́ ewé.*

248. **The penchant of hens to eat and not return home makes it difficult to identify those with hunting skills.** We must control our appetite and tastes, so these do not limit us. *Àjẹìpadàwálé ni kò jẹ́ kí a mọ ọdẹ adìyẹ.*

249. **A ladder that takes one up may well smash one to the ground.** Any strength not properly moderated, may well become a weakness; moderation is essential. *Àkàbà tó gbé'ni s'ókè, lè gbé'ni sán'lẹ̀.*

250. **Let the bean cake take caution, the corn meal owner is not happy.** Avoid drawing undue and needless attention to yourself. *Àkàrà ṣe pẹ̀lẹ́, inú ńbí ẹlẹ́kọ.*

251. **Only an intemperate dog stalks the leopard.** Know yourself and be moderate; know your limits. *Aláṣejù ajá ni í lépa ẹkùn.*

252. **Immoderation ultimately results in disgrace.** Be moderate. *Àṣejù ni baba àṣetẹ́.*

253. **A new migrant to a town who is not disgraced must have kept within his bounds.** Live within your means. *Awọ̀lúmáàtẹ́ mọ iwọn ara rẹ̀ ni.*

**254.** **Inordinate kindness often gets reciprocated with wickedness.** Too much of anything is unwise. *Bí oore bá pọ̀ lápọ̀jù, ibi laráyé fi í sú'ni í san.*

**255.** **One's peers cannot be so scarce on the earth that one will go seeking them in heaven.** Moderation is crucial in all things. *Ẹgbẹ́ ẹni kì í wọ́n láyé, ká wá a lọ sọ́run.*

**256.** **A person wants to die for an item he or she found; what should the owner who lost it do?** Avoid radical responses. *Ẹní rí nǹkan he tó fẹ́ kú nítorí ẹ̀, ọwọ́ ẹni tó ti sọnù ńkọ́?*

**257.** **Whoever talks inordinately will misspeak; inordinate talk is how the king's mother ended up referring to herself as the mother of monkeys.** Be moderate. *Ẹní sọ̀rọ̀ púpọ̀ yó sìsọ; àsọjù ló ńmú ìyá ọba pe ara rẹ̀ ní ìyá ọ̀bọ.*

**258.** **Whoever is seeking his father's debtors, may well find his father's creditors.** Moderation is crucial; life can be full of twists and turns. *Ẹni tó ńwá ẹni tó jẹ bàbá ẹ̀ lówó, àfàìmọ̀, kó má pàdé ẹni tí bàbá ẹ̀ jẹ lówó.*

**259.** **Inordinate love is why the she-goat joins the he-goat to grow beard.** Be moderate. *Ìfẹ́ àfẹ́jù, l'ewúrẹ́ fi ńbá, ọkọ rẹ̀ hu irùngbọn.*

**260.** **To be jolted into realising how nice the town is, is what makes a farm dweller misbehaves.** Moderation in all things is crucial. *Ìgbooro ló dùn bí eléèyí, ló ńmú ara oko ṣìṣe.*

**261.** **The monkey should choose the trees to climb with caution, so it does not end up climbing a tree infested with ants.** Calls for moderation in one's appetite and taste, particularly in those things one finds appealing. *Ìjímèrè ṣọ́ igi gùn, kó má bá gun igi aládi.*

**262.** **Inordinate generosity does invite suspicion and derision to one.** Moderation is crucial in all things. *Inúure àníjù, ìfura àti èébú ni í mú wá bá'ni.*

**263.** **Unconscionable quest exposes one to undesirable (or strange) outcomes.** Tame inordinate greed. *Ìwákúùwá nii mú'ni rí ìríkúùrí.*

264.    **Human toes should be moderate in length; at least we will not use them to hold cutlasses.** Moderation is crucial in all things *Ìwọntunwọnsì ló yẹ kí ọmọ ìka ẹsẹ̀ gùn mọ, ṣebí a kò ní fi di àdá mú.*

265.    **One need not pour a bag of salt into one's mouth to confirm that salt is sweet.** Be moderate. *Kò di ìgbà táa bá da àpò iyọ̀ kan sẹ́nu, kí a tó mọ̀ pé iyọ̀ dùn.*

266.    **There is no dog that does not bark; inordinate barking is what identifies a rabid dog.** Be moderate. *Kò sí ajá tí kì í gbó, àgbójù ajá ni wọ́n ńpè ní dìgbòlugi.*

267.    **The key of immoderation opens the door of disgrace.** Be moderate. *Kọ́kọ́rọ́ àṣejù, ilẹ̀kùn ẹ̀tẹ́ la fi í ṣí.*

268.    **The pest eating the vegetable is justified; a plant's beauty should be moderate.** Lack of moderation could invite needless attention. *Kòkòrò tó ńj 'ẹ̀fọ́ j'ààre ẹfọ́, iwọnba l'ewéko ńdára mọ.*

269.    **The sweet potato, being excessively sweet, became unsuitable for pounded yam.** Immoderation could impose limitations; never overdo anything. *Kúkúńdùkú dùn ládùnjù, ó tẹ lọ́wọ́ oníyán.*

270.    **After honour comes disgrace.** Be moderate enough not to transit from honour into dishonour. *L'ẹ̀hìn àpọnlé, àbùkù lóku.*

271.    **I am leaping over this, and leaping over that, is how a cat ends up dying in a hot oil.** Immoderation in anything may come with intolerable risks. *Mo ti ńfo èyí, mo ti ńfo ti ọhún, ló ńmú ológbò kú sí epo gbígbóná.*

272.    **An internal family feud that unresolvedly festers is beckoning on external interference.** Moderation is crucial in all things. *Ogun ìdílé tó le le tí kò rọ̀, ó ńránṣẹ́ pe tìta ni.*

273.    **Moderation is important in all things.** Regardless of whatever it is, moderation is important. *Ohun gbogbo, iwọn ló dùn mọ.*

274.    **What the eyes seek for is what the eyes will see.** Act in a manner consistent with your expectations. *Ohun ojú ńwá, lójú ńrí.*

**275.** **What brings honour also does bring disgrace.** If one is not moderate, what takes one up, may well bring one down; what brings honour, may well bring disgrace. *Ohun tí a fì í níyì, ni a fì í tẹ́.*

**276.** **Cutlasses may only be drawn at dead elephants; who dares draw a sword at a live one.** Carefully consider the risks you are exposed to; be moderate in your assumptions. *Òkú àjànàkú la ńyọ àdá sí; ta ní jẹ́ yọ agada lójú erin.*

**277.** **The tail of a dead leopard is what one may tap, who dares near a live leopard.** Be moderate in your assumptions; do not be presumptuous. *Òkú ẹkùn là ńfi ọwọ́ gbá nírù, ta ní jẹ́ súnmọ́ jagunlabí láàyè.*

**278.** **A dancer who dances moderately is the one who dances for long, the one who does not courts shame.** Moderation is crucial, even in a good thing. *Oníjó tó bá jó mọ níwọ̀n, ló ńjó pẹ́; èyí tí kò bá jó mọ níwọ̀n, máa ńjó tẹ́ ni.*

**279.** **Kindness has limits; kindness is what gave vultures their bald-head, and crows their goitered neck.** Excess of anything is unwise. *Oore n'íwọ̀n; oore ni igún ṣe tó fi pá lórí, oore ni àkàlàmàgbò ṣe tó fi yọ gẹ̀gẹ̀ lọrùn.*

**280.** **Decapitation is not the antidote for headache.** Adopt radical courses of actions with caution. *Orí bíbẹ́, kọ́ ni oògùn orí fífọ́.*

**281.** **One should be moderate in cutting the morsels of the food one will eat for long.** Moderation cannot be over-emphasised. *Oúnjẹ tí àá jẹ pẹ́, a kì í bu òkèlè rẹ̀ tóbi.*

**282.** **A soup of moderate quantity seldom goes sour.** What is not excessive may not be want of attention. *Ọbẹ̀ tí kò pọ̀, kì í kan.*

**283.** **Banana is sweet when ripe, but it will become food for the birds, once it is overripen.** Even in a good thing, moderation must be applied. *Ọ̀gẹ̀dẹ̀ ẹ́ dùn tó bá pọ́n, ṣùgbọ́n tó bá pọ́n láàpọ́njù, oúnjẹ ni fún ẹyẹ oko.*

**284.** **A companion to a bride's house dons a velvet clothes; what should the bride's father wear?** It is not wise to out-shine a celebrant or the person who is to be the object of attention. *Sìn'mí kí á re'lé àna, tó lọ gbé ẹwù ẹtu wọ, kí ni kí bàbá ọkọ kó sí?*

285.  **If we bow to the pleasure of scratching our skin rashes, we will scratch ourselves to the bone.** Be moderate. *Tí a bá wo dídùn ifọn, àá họ ara dé egun.*

286.  **A cockroach that dances unconscionably will find itself under the attack of the hen's sword.** Be prudent and moderate, even in exhibiting your talents. *Tí aáyán bá ṣi ijó jó, á máa fi ara káṣá adìyẹ.*

287.  **Once the burden borne by a plantain plant is excessive, the burden will prove detrimental to the plant.** Avoid taking on excessive responsibilities. *Tí ẹrù bá pọ̀ lórí ọgẹdẹ, ó ńpa ọgẹdẹ lara ni.*

288.  **If a tree becomes unduly tall, it will end up collapsing.** Unconscionable growth can sometimes prove detrimental. *Tí igi bá ga lágajù, wíwó ni í wó.*

289.  **When wisdom jumps over the mud wall of a wise person, it typically lands in a fool's backyard.** Placing excessive attention on how wise one is, one may well appear stupid. *Tí ọgbọn bá fo àlapà ọlọgbọn, ẹhìnkùlé òmùgọ ni yóò ti balẹ.*

290.  **Excessive water makes the yam flour meal lumpy.** Too much of even a good thing can sometimes prove detrimental. *Tí omi bá pọ ju okà lọ, ọkà a máa dí kókó.*

291.  **If a person talks too much, he or she will misspeak.** Be tactful and moderate; it is not everything that needed to be spoken. *Tí ọrọ bá pọ̀jù, ìsọkúsọ lẹdá yóò máa sọ.*

292.  **One should not enjoy the privileges of royalty and defecate on oneself.** Privileged positions should not be abused. *A kì í jayé ọba kí a ṣu sára.*

# TOLERANCE

293.    **One cannot be so adept at pounding and stirring water yam that it will not end up with lumps.** No one is perfect; be tolerant of others' weaknesses. *A kì í mọọ́ gún mọọ́ tẹ̀, kí iyán ewùrà máà lọmọ.*

294.    **One cannot be so adept at walking and marching that one's head will not shake on one's neck.** No one is above mistakes; be tolerant of others. *A kì í mọọ́ rìn mọọ́ yan, kí orí má mì l'ọ̀rùn.*

295.    **Gambari (a person of northern Nigeria extraction) may well render an elegy, as long as it is not for one's mother.** People are entitled to make their choices; give people their spaces. *A kì í ní kí Gàmbàrì má sun rárà, tí kò bá ṣàá ti fi ki ìyá ẹni.*

296.    **A child should not be restrained from becoming leprous, as long as he or she can live in the forest alone.** People should be free to make their choices as long as they can bear the consequences alone. *A kì í ní kí ọmọ ẹní má dẹ́tẹ̀, tó bá ti lè dá igbó gbé.*

297.    **A refuse dump that is intolerant of filth will not be filled up easily.** Be tolerant; intolerance is inimical to growth. *Ààtàn tí kò bá gba ẹgbin, kò ní kún bọ̀rọ̀.*

298.    **The hen scratching the ground with its toes, very well knows what it is searching for.** People have their reasons; give them the benefit of the doubt. *Adìyẹ tó ńfi ẹsẹ̀ wa'lẹ̀, ló mọ ohun tó ńwá.*

299.    **A blind person who broke a plate and was asked to pack the broken pieces; is what is broken in the person's life not much more than a plate?** Be tolerant; what seems minor to you, may be a major issue to someone else. *Afọ́jú tó fọ́ àwo, tí wọ́n ní kó bẹ̀rẹ̀ kó o; ṣé èyí tó fọ́ lára rẹ̀ kò ju àwo lọ?*

300.    **The hunter removing his pants by the road side should be forgiven; the soldier ants (lodged in his pants) should be questioned.** People have their reasons; give them the benefits of the doubt. *Ọdẹ tó ńbọ́ ṣòkòtò l'ẹ̀ẹ́bá ọ̀nà, ẹ má bawí, ọmọ ìjàlọ ni kí ẹ bi.*

301.    **An elder who sat with his hands on his jaws, brooding, very well knows what he or she is brooding about.** People have their reasons;

give them the benefit of the doubt. *Àgbà tó jóòkó tó fọwọ́ lẹ́rán, ó ní ohun tó ńrò.*

302. **Let an elder come and swear if he or she has not behaved childishly before.** Be tolerant; everyone had at one time or the other been prone to errors and mistakes. *Àgbà wá búra bí èwe ò bá ṣe ọ́ rí.*

303. **The gourd receives the sediment of water; so an elder must exercise forbearance.** Be tolerant. *Agbè ni í jẹ ẹgbin omi, àgbàlagbà ni í jìyà ọràn.*

304. **A fussy eater is seldom full.** Be tolerant; intolerance can impose limitations. *Akóríira kì í yó.*

305. **A blacksmith who kept hitting an iron at a single spot has his reasons.** People have their reasons; what may seem meaningless or stupid to you, may well make perfect sense to someone else. *Alágbẹ̀dẹ tó ńlu irin lójú kan, ó lóhun tó fẹ́ fàyọ ńbẹ̀.*

306. **Willingness to overlook is what makes loving relationships endure.** No one is perfect; intolerance can prove inimical to loving relationships. *Àmójúkúrò ni í mú ẹmí ìfẹ́ gùn.*

307. **A hard to please man will find it hard to be in a stable relationship with any woman.** Be tolerant; intolerance can impose limitations. *Atọpinpin kan kì í lóbìnrin.*

308. **Even if a soup is not tasty, because of the effort expended in preparing it, it still gets eaten.** What is really unacceptable for one reason, may still be accepted because of another. *Bí ọbẹ ò dùn, a máa ńtorí àníyàn jẹ́ẹ́.*

309. **Only those who have not heard out the palmchat bird will deride it as needlessly noisy; it is simply stating its point.** People have their reasons; give them the benefit of the doubt; hear people out before concluding. *Ẹni tí kò gbọ́ ti ẹnu ẹgà, ló ńsọ pé ẹgà ńpàtótó, tẹnu ẹyẹ lẹyẹ kúkú ńsọ.*

310. **Whoever hurts one today may still be a source of blessing tomorrow.** Do not overreact; no one is perfect. *Ẹni tó ṣe ohun tó dun'ni lóòní, lè ṣe ohun tí yóò dùn mọ'ni lọ́la.*

**311.  The bird that has wings yet refused to fly, must have seen something (untoward) in the sky, and the bird that is flying above and refused to come down, must have seen something (unpleasant) down below.** People have their reasons; give them the benefit of the doubt. *Ẹyẹ tó ní ìyẹ́ lápá tó kọ̀ tí kò fò, ó ní nǹkan tó rí lójú ọrun; ẹyẹ tó ńfò tó kọ̀ tí ò wá'lẹ̀, ó ní ohun tó rí ní ilẹ̀.*

**312.  Strife does not enrich, rather it makes one notorious.** Be tolerant; seek and pursue peace. *Ìjà ò dọlà, orúkọ ló fi ńsọni.*

**313.  A gathering convened by an intolerant person, seldom gets filled up.** Tolerance is crucial; intolerance hardly builds. *Ìjọ oníìbínú kan, kì í kún.*

**314.  The toughening of the okro vegetable occured at the farm; it is not the fault of the knife.** Give people the benefit of the doubt; there may be more about an issue than is immediately visible. *Ilá tó kó, láti inú oko wá ni, kì í ṣe ẹjọ́ ọbẹ.*

**315.  Iganganran (type of yam) is affected by the soil; it is not really a questionable yam.** People have their reasons; give them the benefit of the doubt; factors other than those easily visible may cause people to act unusually. *Ilẹ̀ ló ńdààmú ìgángánrán; ìgángánrán kì í ṣe iṣukíṣu.*

**316.  No one will ride a horse and not fling his head backward; even if he or she does not want to, the horse will make him or her do it.** Be tolerant; our attitude is quite often influenced by our peculiar circumstances. *Kò sí ẹni tó máa gun ẹṣin, tí kò ní ju ìpàkọ́; tí kò bá fẹ́ẹ́ jùú, ẹṣin tó ńgùn a jẹ́ kó jùú.*

**317.  One cannot be so adept at roasting or cooking rat that its ears will not end up burnt.** No one is perfect; be tolerant. *Kò sí bí à á ṣe mọ́ọ̀ sun, mọ́ọ̀ sè tí etí eku ò ní jóná.*

**318.  The tear-soaked eyes have their reasons.** People have their reasons for their unusual behavior; give them the benefit of the doubt. *Ó lóhun tí ojú rí, kó tó máa ṣoje.*

319. **The sheep has its reasons for its perfect silence.** People have their reasons; give them the benefit of the doubt. *O ní nǹkan tí àgùntàn rí, kó tó dákẹ́ jẹ́jẹ́.*

320. **A person who withdrew his hand from the plate of soup must have his reasons.** People have their reasons; give them the benefit of the doubt. *Ó ní ohun tí èyàn rí lóbẹ̀, kó tó waru ọwọ́.*

321. **The hips should trade places with the head, to appreciate what flies do to it.** Do not be too critical; you cannot be too sure of what others are going through, if you've never been in their shoes. *Ò yẹ kí ìdí gbé àtàrí wò, kó mọ iṣẹ́ tí eṣinṣin ńṣe.*

322. **If what took laughter away from the crow had befallen the vulture, it would've been stuck on its eggs.** Be tolerant; people are different and have different tolerance limits. *Ohun tó ṣe àkàlàmàgbò tó fi dẹ́kun ẹ̀rin rínrín, tó bá ṣe igúnnugún, á wokoko mó'rí ẹyin ni.*

323. **If what worried the rich, had befallen the poor, he or she would have been forgotten.** Be tolerant; people are different and have different tolerance limits. *Ohun tó ṣe olówó tó fi ńronú, tó bá ṣe tálíkà wọ́n á ti gbàgbé e rẹ̀.*

324. **A woman's soup does not always taste delicious each and everyday.** Be tolerant. *Ojojúmọ́ kọ́ lọbẹ̀ obìnrin, máa ńdùn.*

325. **The domestication of the cat is not an easy experience to it.** You cannot be too sure of the impact of your decisions on others; be empathetic. *Ojú lásán, kọ́ ni ológbò fi ńdi ẹran ilé.*

326. **A hunter does not always catch games on every hunting expedition.** It is not every day that one achieves a defined target; be tolerant and patient. *Ọjọ́ gbogbo kọ́ lọdẹ ńpa ẹran.*

327. **The number 19 that refused to be associated with 1, will find its becoming 20, difficult.** Be tolerant; we need one another. *Ọ̀kàndínlógún tó lóun ò bá oókan ṣe, à ti di ogún rẹ̀ á nira.*

328. **Oloto says his case is different; his mother died at home and he sent the corpse to the farm.** We all make our choices based on our

preferences; what makes sense to one, may be utter nonsense to another. *Olóto wípé ti òun otò; ìyá rè kú ní ilé, ó fi ránsé sí oko.*

329. **A person, who planted maize in the same farm with yams, insisted he had his reasons.** People have their reasons; give them the benefit of the doubt. *Tèmi yémi tó ńgbin okà sí inú isu.*

330. **If the pap ends up with lumps, it is not the fault of the corn seller.** Be tolerant; avoid transferred aggression. *Tí èko bá dí kókó, kì í se ejó alágbàdo.*

331. **If one's pidgeon defecates on one, one simply wipes it away.** Be tolerant and gracious. *Tí eyelé eni bá su sí'ni lára, àá fowó nùú dànù ni.*

332. **The nose has its reasons for being noisy when blown.** People have their reasons for their rather unusual actions; give them the benefit of the doubt. *Ti imú yé imú, tí imú fi ńfon.*

333. **Whoever insists he (or she) will do as he (or she) pleases still cannot dwell in the world alone.** Be tolerant, we do need one another. *Ti inú mi ni ńyóò se, kò lè dá ayé gbé.*

334. **Do not kill a (hunting) dog for being unable to kill a (tiny) squirrel today; it may well kill a grasscutter tomorrow.** Never give up on anyone; tolerance is it. *Ajá tó pa ikún lóòní lé pa oyà lóla, nítorínàà, kí a máà bínú pa ajá.*

—————————•-•●●●•-•—————————

# CHAPTER FOUR

# Self-Control, Courtesy and Consideration

## SELF-CONTROL

335. **Do not buy the corn meal, where the basket container is out of your reach.** Operate within your means; exercise self-control. *A kì í ra ẹkọ, ní ibi agbọ̀n ti ga.*

336. **Do not haggle what you have no interest in buying.** Do not over-extend yourself, exercise self-control. *A kì í yọ owó ohun, tí a kò ní í rà.*

337. **We ask for a carpenter, but the woodpecker shows up.** Decries someone who presents himself or herself to be what he or she is clearly not. *À ńpe gbẹ́nàgbẹ́nà, ẹyẹ akòko ńyọ'jú.*

338. **The monkey had its fill one day, and requested that its front teeth be removed.** Exercise self-control; be temperate. *Àáyá yó ní ojọ́ kan, ó ní kí wọ́n ká òun léyín ọọ́kán.*

339. **If an animal that kicks is lethal, certainly this cannot be the cricket.** [Exercise self-control; do not project to be who you are not.] *Bí a bá ní ẹran onítètè ni yóò pa'ni, bí i ti ìrẹ̀ kọ́.*

340. **The sheep that grazes outside of the pen is the one that the jackal gets to pounce on.** Self-discipline and temperance protect from risks. *Àgùtàn tó bá ńjẹun lẹ́hìn ọgbà, òun lọwọ́ ìkokò ńtó.*

341. **It's penchant for not bringing home its games is why the cat is not known for hunting.** Exercise self-control, in particular, control your appetite and tastes; lack of self-control can be self-limiting. *Àpa àìmú délé ni kò jẹ́ kí a mọ̀ pé ológbò ńṣe ọdẹ.*

342. **A wasteful person does not understand that what is in surplus will eventually be exhausted.** Be judicious; waste lifestyle can be detrimental. *Àpà ò mọ̀ pé ohun tó pọ̀ á tán.*

343. **The partridge never wish to fall into the hunter's trap; its appetite is what pushed it to its death.** Unconscionable appetite could be risky. *Àparò ò sọ pé òun yóò kó sí pàkúté ọlọ́dẹ, ohun tó mọọ́ jẹ ló fàá lé ikú lọ́wọ́.*

344. **That the heir should desist from riotous living, it is so he can succeed his father.** Be humble and be open to good advice, regardless of the source. *Àrẹ̀mọ má jobì, má ròde ẹmu, kó lè dé ipò bàbá ẹ̀ ni.*

345. **Whatever promptness or tardiness advices are given to a commuter are simply for his or her benefit.** Yield to good counsel. *Èrò tètè, èrò má tètè, ti èrò la ńsọ fún èrò.*

346. **Today, it is about the deer; tomorrow, it is about the deer; is the deer the only animal in the forest?** It is unwise to be inordinately obtrusive; only a silly fish is caught twice with the same bait. *Ènìkéèní ẹtu, ọlakọ̀ọ̀la ẹtu; ṣé ẹtu nìkan ló wà nínú igbó ni?*

347. **A person who no longer has a mother ought not to sustain wound on his back.** Operate within your means; exercise self-control. *Ẹni tí kò ní ìyá, kì í dá egbò ẹ̀hìn.*

348. **Whoever is not ready to stand as a father (to pay for purchases), should not be beckoning on the bean cake seller.** Do not start what you cannot finish. *Ẹni tí kò tó bàbá ọmọ ọ́ ṣe, kì í pe alákàrà.*

349. **Whoever is unduly anxious about his peer's relative success, will hustle himself or herself to death.** Do not run your life by someone else's approach; keep to your life's lane. *Ẹni tí ò bá mọ bí ẹgbẹ̀ rẹ̀ ṣe là, á sá àsákú.*

350. **An obedient slave will get to eat his meals with meat.** Obedience to superior authority pays. *Ẹrú tó bá gbọ́ ti olówó o rẹ̀, á fi ẹran jẹun.*

351. **Any egg that collides with a mountain will end up broken.** Exercise self-control; do not operate beyond your means. *Ẹyin tó bá fi orí sọ àpáta, fífọ́ ni yóò fọ́.*

352. **The wild cat does not move about in the day; a well-bred person should not night-crawl.** Some behaviours and character traits are not comely; self-discipline and self-control are crucial. *Ìjàkùmọ̀ kì í rìn'de ọsán, ẹni a bíire kì í rìn'de òru.*

353. **Whoever has not bought clothes for someone should not complain that the person is wasteful.** Do not overstep your bounds; operate in wisdom. *Ẹni tí kò dá'ni l'áṣọ, kò gbọdọ̀ pe'ni l'árungún.*

354. **Do not get lost if you have no one to search for you.** Operate within your means; exercise self-control. *Ẹni tí kò lẹ́ni tí yóò wáa, kì í sọnù.*

355. **Whoever has no one around, should not be observing siestas; who will wake him?** Operate within your means; exercise self-control. *Ẹni tí kò l'éèyàn l'ẹ́hìn, kì í sun orun ọsán; ta ló máa ji?*

356. **As birds are (in sizes), so are their nests.** Operate within your means; do not overstep your bounds. *Ìwọ̀n ẹyẹ ni ìwọ̀n ìtẹ́ ẹ rẹ̀.*

357. **You lifted a keg of palm wine and your trousers are already dropping; what if you had drank the wine?** Self-control is crucial. *O gbé agbè ẹmu ṣòkòtò ńjábọ́, tóo bá wá mu ẹmu ọhún ńkọ́?*

358. **All animals with horns may well engage in butting, but certainly not the snail.** Do not operate beyond your means; be temperate. *Ó yẹ gbogbo ẹran oníwo lóko kó kan'ni, bí i t'ìgbín kọ́.*

359. **The battle that someone with complete eye-sight avoided, is the one a person with bad eyesight wants to join.** Operate within your means; exercise self-control. *Ogun tí olójúméjì rí tó sá, lolójúkan lóun ńlọ jà.*

**360.  The moon knows its bounds, which is why it seldom shows up in the afternoon.** Operate within your means; do not overstep your bounds. *Òṣùpá mọ ìwọ̀n ara rẹ̀, ni kò ṣe ńjáde lọ́ọ̀sán.*

**361.  Soup does not churn in the stomach of an elder; a stomach that can carry foetuses should be able to keep words (confidentially).** Reticence, self-control and forbearance are crucial. *Ọbẹ̀ kì í mì ní ikùn àgbà, inú tó bá gba ọmọ, yẹ kó lè gba ọ̀rọ̀.*

**362.  Only a child who has just started learning to eat soils his chest with it.** Those new to something are prone to excesses or mistakes. *Ọmọ àìjọbẹ̀rí, ló ńja epo sí àyà.*

**363.  A prince does not coerce a woman into a relationship.** Exercise self-control; some things are unbecoming. *Ọmọ ọba kan kì í fi agídí fẹ́ obìnrin.*

**364.  A prince does not enjoy the privileges of royalty like a slave.** Privileged positions should not be abused; self-control is crucial. *Ọmọ ọba kan kì í jayé ọba bí ẹrú.*

**365.  An obtrusive child needs no decoction, but a nasty reprimand.** Exercise self-control; do not be obtrusive. *Ọmọ tó bẹ kò lágbo, ọ̀rọ̀ burúkú làgbo rẹ̀.*

**366.  A child who is asking his father how the yam flour meal became lumpy, wants to be told how his mother left.** Exercise self-control; be unobtrusive to those ahead of you. *Ọmọ tó ńbèrè lọwọ bàbá a rẹ̀, bí àmàlà ṣe dí kókó, fẹ́ gbọ́ ìtàn bí ìyá a rẹ̀ ṣe lọ ni.*

**367.  A drunkard forgets his misery; an unserious person is unmindful of his future.** Avoid drunkenness; be temperate. *Ọ̀mùtí gbàgbé ìṣẹ́; alákọrí gbàgbé ọla.*

**368.  Even if creeping plants have hands and legs, they should not be stalking the elephant.** Do not overstep your bounds; operate within your means. *Tí ìtàkùn bá lápá tó bá lẹ́sẹ̀, kò gbọdọ̀ máa lépa erin.*

**369.  An elderly person who lacks self-control courts dishonour.** Self-respect and self-control are crucial. *Àgbàlagbà tó w'ẹwù àṣejù, ẹ̀tẹ́ ni yóò fi rí.*

370.  **A tale bearer seldom gets paid any amount; a mere thank you is all he or she receives.** Respect yourself and do not meddle. *Aṣòfófó kò gba ẹgbàá; ibi ọpẹ́ ló mọ.*

371.  **Rather than be defeated by a youngster in a game, an elder will rather resort to cunningness.** Avoid actions that exposes to embarrassment; self-respect and self-control are crucial. *Kàkà kí ọmọdé pa àgbà láyò, àgbà a fi ọgbọ́n àgbà gbé e.*

372.  **Someone spoke furtively and glanced at the forest; forests do not bear tales; what one has done is what makes one suspicious.** The guilty are typically uncomfortable. *Asọ̀rọ̀ kẹ́lẹ́ bojú wo ìgbẹ́; ìgbẹ́ kì í s'ọ̀rọ̀, ohun a sọ ni í fun'ni lára.*

———————————•••●••••———————————

# COURTESY & CONSIDERATION

373.  **A quarrelsome beggar will find little alms to count at the end of the day.** Courtesy and politeness go a long way; impudence and uncooperative attitude help no one. *Á ka owó ti lálẹ́, oníbárà tó ńṣe ẹẹ́kẹ́ èébú.*

374.  **A ram should not be butted to death, simply because it is tethered to another.** Respect others and give them their spaces. Never encroach or intrude uninvited. *A kì í so ẹran mọ́ ẹran, kí ẹran kan ẹran pa.*

375.  **Do not brag about fists to the child of a leper.** Be courteous and tactful. Be sensitive and show empathy to those who are challenged in one way or the other. *A kì í ṣe fáàrí ẹsẹ̀ dídì, sí ọmọ adẹtẹ̀.*

376.  **Never insist that a hunchback stands upright.** Be courteous and tactful and be considerate of others; do not demand from others what is patently impossible for them. *A kì í ṣìpẹ̀ ìnàró fún abuké.*

377.  **Do not sell an unduly soft (or a bad) corn meal to your neighbours.** Be considerate, be polite; do not give anyone what you are unwilling to accept. *A kì í ta ẹ̀kọ tó rọ̀, fún ara ilé ẹni.*

378. **Do not make an obvious show of counting the toes of someone with nine toes.** Be courteous, considerate and tactful; do not deliberately embarass anyone. *A kì í tojú oníka mẹ́ẹ̀sán kàá.*

379. **Never tell someone with goiter to swallow it.** Be polite; be tactful. It is not everything that needed to be said; be considerate of others. *A kì í wí fún onígbẹ̀gbẹ̀, pé kó gbé ti ọfun rẹ̀ mì.*

380. **Do not brag about shoes around someone who has no legs.** Be courteous, considerate and tactful. Do not deliberately expose anyone to embarrassments. *A kì í yangan bàtà, lójú ẹni tí kò lẹ́sẹ̀.*

381. **Lack of civility is why a farm dweller will dare to come to town in a loincloth.** Be sensitive to where you are and those with whom you are; never assault the sensibilities of others. *Àìfi'ni pe'ni àìfèèyàn pèèyàn, ló ńmú ará oko sán bàntẹ́ wọ ìlú.*

382. **While humans have no place to sleep, a dog is snoring.** Be courteous and considerate to the needs of others; do not make an open show of what is evidently lacked by anyone. *Àìrí ibi sùn, ajá ńhan'run.*

383. **Expensive jokes often result in contention.** Respect others and their sensibilities; be tactful and courteous. *Àpárá ńlá, ìjà ni í dà.*

384. **Even if the rice meal has stones, the complaint should not be coming from the beggar.** A beggar cannot be choosy; keep within the bounds of civility. *Bí ìrẹsì bá ńpà'kúta ẹnu oníbárà kọ́ ló yẹ ká ti gbọ́.*

385. **No one is inconsequential or irrelevant concerning what he or he owns.** Recognise and respect the rights of others; give everyone their respective space. *Èyán kì í kéré, ni ìdí nǹkan rẹ̀.*

386. **You found immensely formed yams in the farm and markedly big corns in the mounds, yet you are asking whether the owner is a hunter or a farmer?** Do not ask obvious questions; be courteous. *Ẹ bá iṣu bọ̀lì bọ̀lì lóko, ẹ bá àgbàdo gbòǹgbò gbòǹgbò lébè, ẹ tún ní ṣe ọdẹ ni àbí àgbẹ̀?*

387. **It is not the fault of someone who ate the yam flour meal without ceasing, but that of the cook who prepared the tasty melon and beef soup.** People will often take advantage of whatever courtesies are extended. *Ẹjọ́ kò sí lọ́wọ́ ẹni tó jẹ àmàlà tí kò ṣiwọ́, ẹni tó fi ẹgúsí se námà ló jẹbi.*

388. **Looseness of the mouth and lips is what puts the cheeks into trouble.** Be tactful; it is not all the eyes see that the mouth utters. *Ẹnu àìmẹ́nu, ètè àìmétè, ni í kó ọ̀ràn bá ẹrẹkẹ́.*

389. **Courteous and civil behaviour applies everywhere.** Remain civil always and everywhere. *Ibi gbogbo ni ilẹ̀ ọwọ̀.*

390. **The rain falls and the shea-butter rejoices (over the salt); it should rejoice modestly, as once the rain subsides the sun will be up (to melt the shea-butter).** Never mock others who are in distress; no condition is permanent. *Òjò ńpa iyọ̀ òrí ńdun'nú; kí òrí má yọ̀ láyọ̀jù, nítorí tí òjò bá ti dá òòrùn ńbọ̀.*

391. **If a slave is reminded of his or her story, he or she will be saddened.** Be tactful and considerate; place no one in a depressing or embarassing situation. *Tí a bá ka ẹrú, inú ẹrú á bàjẹ́.*

# CHAPTER FIVE

---

# Pride, Anger,
# and Stress

## PRIDE

392.  **It is a self-induced problem, for a house rat that after feeding calls on the cat to come and watch.** Do not take on intolerable risks out of arrogance and pride. *À f'ọwọ́ fà ni èkúté, tó jẹun tán, tó ní kí ológbò wá wo òun.*

393.  **Whoever brags excessively seldom can do much.** Empty vessels make the most noise. Top performers are rarely noisy nor do they speak for themselves; they will rather their results do the talking. *Ẹni tí ńfọn 'nu ún pọ̀, kì í lè ṣe nǹkànkan.*

394.  **The words of a bird are its undoing; the wild pidgeon hatches six chicks and brags that its nest is completely filled up.** Not wise to draw undue attention to oneself or to brag to have what one lacks; it is quite often counter-productive. *Ẹnu ẹyẹ ni í pẹyẹ; ẹnu òrofó ni í pa òrofó; òrofó bímọ méfà, ó ní ilé òun kún ṣoṣo.*

395.  **Whoever is to be disgraced remains stubborn even when appeased.** Pride comes before a fall; remain modest. *Ẹni máa tẹ́, bí wọn ní kó pẹ̀lẹ́ á fa akọ yọ.*

396.   **All the arrogance of the monkey is not beyond the forest.** Be humble; arrogance or pride leads to a fall. *Fàárí ọbọ, kò kọjá inú igbó.*

397.   **Whoever is as wise as money will not enjoy money's benefit; a wife who is as wise as her husband is seldom blessed by the husband.** We are seldom blessed by what we despise; pride deprives. *Bí èyàn bá gbọ́n bí owó, kò lè rí èrè owó jẹ; bí ìyàwó bà gbọ́n bí ọkọ kò lè rí èrè ọkọ jẹ.*

398.   **Okro plants should not grow taller than the farmer; whichever does will be bent low to be plucked.** Humility is crucial; pride and arrogance court resentments from others. *Ilá kì í ga ju onírè lọ, èyí tó bá ga ju onírè lọ, à á sì tẹ́ẹ ká.*

399.   **Wasps' claim to be the wisest and best is why they have less potent venom than bees.** Pride ultimately demotes; humility and willingness to learn promote, eventually. *Mo gbọ́n tán, mo mọ̀ọ́ tán, lagbọ́n ò ṣe lóró bí oyin.*

400.   **Pride goes before destruction.** Humility exalts, while pride leads to a fall, ultimately. *Ìgbéraga ni í ṣiwájú ìparun.*

401.   **How big is the ant that claimed that it is troubled by worms?** Shun inordinate arrogance. *Mélòó ni èèrà tó wípé aràn ńyọ òun l'ẹnu?*

402.   **You are arrogant because you have nasal hair; there are those who spotted beards, so copiously.** Regardless of your status and achievements, remain modest. *O hu irun imú ò ńṣakọ, èyàn ló hu irùngbọ̀n yọyọyọ.*

---

## UNDERESTIMATE NO ONE

403.   **The elephant looks down on the monkey as impoverished, yet the monkey does not beg to eat.** Despise no one; there is no height

attained by anyone that cannot be surpassed by someone, else. *Àjànàkú ńfojú ìṣẹ́ wo ọbọ, ọbọ ò kúkú tọrọ jẹ.*

404. **A lizard that despises a boa constrictor will find itself in the snake's belly.** Underestimate nothing and no one; do not be presumptuous. *Aláǹgbá tó f'ojú di erè, ikùn ejò ni yóò ti bá ara rẹ̀.*

405. **Someone threatens to discredit you, and you dared the person; if he (or she) claims that you did not clean up when you defecated, how many people are you going to open up your backside to?** Do not be presumptuous; underestimate no one. *Èyàn l'óun ó bà ọ́ jẹ́ o ní kò tó bẹ́ẹ̀; tó bá ní o ò nù'dí, ẹni mélòó lo máa fẹ furọ̀ hàn?*

406. **No one can be written off.** Underestimate no one. *Ẹ̀dá ò l'áròpin.*

407. **The fish troubling the deep (of the sea) is not longer than the human arm.** As insignificant as some things appear, their potential to destroy can be telling; underestimate nothing and no one; a. *Ẹja tí ńda ibú rú, kò ju apá lọ.*

408. **A person thought incapable of acquiring a tent is building a mighty house.** Do not underestimate anyone. *Ẹni tí a rò pé kò lè pàgọ, ó ńkọ́ ilé aláruru.*

409. **Whoever questions what legs do should try standing with his head.** No one is useless; we all have our strengths and uniqueness. *Ẹni tó bá fẹ́ mọ ìṣẹ́ ẹsẹ̀, kó fi orí rẹ̀ dúró wò ná.*

410. **The snail ought not to be deriding the tortoise as poor.** We all have our talents, strengths and weaknesses. *Ìgbín kò gbọdọ̀ máa pe ìjàpá lólòṣì.*

411. **Even a little quantity of pepper cannot be used to wash the face.** Respect everyone, regardless of attainment; whoever under-achieves today, may well be notable tomorrow. *Kékeré ata kò ṣeé fi b'ojú.*

412. **It takes pepper just a little to rule over the eyes.** Do not be fooled by appearance; quite often it is deceptive. *Kékeré lata fi ńṣe ọkọ ojú.*

413. **A needle may be tiny, but it is not an object to be swallowed by the hen.** Do not judge by appearance; underestimate no one. *Kíkeré l'abẹ́rẹ́ kéré, kì í ṣe mímì fún adìyẹ.*

414. **There is nothing like a little leopard (the cub is deadly enough).** Never despise nor underestimate anyone. *Kò sí kékeré ẹkùn.*

415. **The pot may be black, yet out of it comes the white corn meal.** Write off no one; no one knows the future of anyone for certain. *Nínú ikòkò dúdú, ni ẹkọ funfun ti ńjáde.*

416. **If the major masquerade fails to recognise the minor one, the minor one will not hesitate to reciprocate.** We get what we give; despise no one and you will not be despised by anyone. *Tí eégún ńlá bá ní òun kò rí gòǹto, gòǹto náà á lóun ò rí eégún ńlá.*

## ALL FINGERS ARE NOT EQUAL

417. **All fingers points in a direction, but the thumb differ.** Fingers are not equal; we are all differently endowed. *Gbogbo ìka ló fi ojúde ṣọkan, àtàmpàkò nìkan ló ya tirẹ̀ sọ́tọ̀.*

418. **Fingers are not equal.** Never compare yourself to anyone; we are all unique. *Ìka ò dọ́gba.*

419. **No star can provide as much brightness as the moon.** We all have our different uniqueness; all fingers are not equal. *Kò sí ìràwọ̀ tó lè mọ́lẹ̀ tó òṣùpá.*

420. **As a water body is in size, so are the fishes in it.** Fingers are not equal; operate withing your means. *Bí omi ṣe mọ l'ẹja rẹ̀ ńmọ.*

421. **As a head is (in size), so caps are made for it.** Live within your means. *Bí orí bá ti mọ, là ńdá fìlà fún un.*

422. **Even twenty years after its birth, a goat is nothing compared to a calf.** Everyone is unique and special; we are all differently endowed. *Ogún ọdún tí a ti bí ewúrẹ́, ọmọ màlúù kì í ṣe ẹgbẹ́ ẹ rẹ̀.*

423. **God who created the dog that is cracking bones on the field, also created the one wrestling by Igbeti's surburb.** All fingers are not equal. *Ọlọ́run tó dá ajá tí ńjẹ egungun ẹran lóríko, òun náà ló dá èyi tó ńwọ ìjàkadì lẹ́hìn Ìgbẹ̀tì.*

424. **Thunder cannot be compared to the sound of gunshots.** Different things have different attributes; allfingers are not equal. *Ríró àrá, kì í ṣe ẹgbẹ́ dúndún ìbọn.*

————————•• ● ●● ••————————

# ANGER

425. **The quick-tempered person will serve the mild-tempered one.** Anger and turbulent temper relegates; master your temper and keep it in check. *Abinúfùfù ni í ńwá oúnjẹ fún abinúwẹ́rẹ́wẹ́rẹ́.*

426. **Only a tolerant elder gets to have lots of 'children'.** Intolerance can be repulsive; give people the benefit of the doubt. *Àgbà tí kò bínú, ni ọmọ rẹ̀ ńpọ jọjọ.*

427. **Kings draw swords in anger, but are compelled to use them out of shame.** Be careful not to be the target of someone else's anger. *Ìbínú l'ọba fi ńyọ idà, ìtìjú ló fi ńbẹ́ ẹ.*

428. **A hot-tempered person destroys in one day, all his twenty years achieved**. Uncontrolled anger weakens. *Iṣẹ́ tí onínú líle bá fi ogún ọdún ṣe, ọjọ́ kan ni yóò bàá jẹ́.*

429. **A bird is not killed with a stone thrown in anger.** Actions taken in anger seldom achieve desired goals. *Òkò tí a bá bínú jù, kì í pa ẹyẹ.*

430. **If the pot gets as angry as the sieve, the pap seller will not be able to make any sale.** Tame your anger; anger can impose limitations. *Ibi aṣé bí inú dé, tí ìkòkò ògì bá ṣe bẹ́ẹ̀ bínú, ẹlẹ́kọ kò lè rí i dá.*

431. **Anger hardly takes long to empty its bearer's home.** Unbridled anger can be repulsive and self-limiting. *Ìbínú kì í pẹ́ sọ ilé olówó o rẹ̀ di ahoro.*

432. **Anger does not recognise that its bearer is not on a firm footing.** Anger may lead one to take self-destructive steps. *Ìbínú kò mọ̀ pé olówó òun, kò lẹ́sẹ̀ ńlẹ̀.*

433. **If a father gets so angry as to throw his child into a raid of army ants, by the time he calms down, the ants may not be.** Be careful what you do when angry; avoid rash decisions. *Bí inú bá bí baba tó bá gbé ọmọ rẹ̀ jù sí inú èèrùn, bí inú u rẹ̀ bá rọ̀, inú èèrùn lè má rọ̀.*

434. **Whoever wants to enjoy the fruits of his labour for long, ought to control his temper.** Uncontrolled anger can be destructive; rein in your temper. *Ẹní bá fẹ́ jẹ iṣẹ́ ẹ pẹ́, máa ńbínú mọ níwọ̀n ni*

435. **If the tree gets so angry that it crashes into a river, the river may also get so angry as to wash away the tree.** Control your temper; acting in anger can lead to unintended and undesirable consequences. *Bí inú bá bí igi tó ya lu odò, inú tún lè bí odò kó gbé igi náà lọ.*

———————————•••●●●●••———————————

## STRESS & STRESSFUL SITUATIONS

436. **Whoever packs live coals with his hands cannot maintain steady hands.** Stressful situations cannot but be stressful. *Afọwọ́fọnná kì í mọ́wọ́ dúró.*

437. **The tooth shaking in the mouth cannot bring pleasure to its owner.** Stressful situation cannot be endured for long. *Eyín tó wà lẹ́nu tó ńmì, tí kò ká, ẹlẹ́nu ò lè gbádùn un rẹ̀.*

**438.** **Even if one trashes a leopard in a wrestling match, it is not comparable to someone who did not even collide with a cat.** No matter how small, stressful situations are better avoided altogether. *Ẹkùn dá mi mo dá ẹkùn, a kò lè fi wé ẹni tí ológìnní kò kọ lù rárá.*

**439.** **The pig says that it ceases to bother about issues, since it discovered the wisdom of responding with a grunt.** Take a less stressful view of life; always look out for and tow a path to peace. *Ẹlẹ́dẹ̀ ní ọjọ́ tí òun ti já ọgbọ́n ọn hùn, ọjọ́ náà lọ̀rọ̀ ò ti ni òhun lára mọ́.*

**440.** **To beat someone, even if it is not painful to him is not comparable to someone who was not beaten, at all.** Stressful situations will always leave an impact, even if small. *O nà mí kò dùn mí, kò lè dàbí ara òfifo.*

**441.** **The cow is merely sticking it out; the knife does not look good on the neck.** Difficult situations are unbearable to everyone. *Ojú ni màlúù ńrọ́, ọbẹ̀ ò dára l'ọrùn.*

**442.** **Hot water cannot be long in the mouth; either it is swallowed or spat out, one has to be chosen.** A stressful or difficult situation cannot be endured for long. *Omi gbígbóná kì í pẹ́ lẹ́nu, nínú káa gbée mu tàbí káa tuú dànù, àá fọwọ́ mú 'kan nínú u méjèjì.*

**443.** **The throat cannot harbour fish-bone.** Stressful situations are typically unbearable. *Ọ̀nà ọ̀fun, kò gba egungun ẹja.*

**444.** **The shin sustained no injury and complained of lacking flesh.** Problems are stressful to everyone. *Ọ̀ràn ò bá ojúgun, ó lóun ò lẹ́ran.*

**445.** **A horse is not necessarily happy dancing to a talking drum.** Difficult situations may be simply endured, but not necessarily enjoyed. *Ìdùnnú kọ́ l'ẹṣin fi ńjó gángan.*

**446.** **Whoever stole the hen of an impoverished person has stolen that of a troublesome fellow.** Whoever deprived someone of the little the person has, courts stress. *Ẹni gbé adìyẹ òtòṣì, ó gbé ti aláròyé.*

●●●●●●●

# RADICAL ACTIONS

447. **The respect one has for the eyes will not let one poke fingers into them.** Other considerations do often materially impact decisions. *Àánú ojú, kì í jẹ́ kí a ti ọwọ́ bọ ojú.*

448. **No one hates the mouse so much as to set the farm-house ablaze.** Do not overreact; be temperate. *A kì í kóòríra ọ̀fọ́n-ọ̀n, kí a fi iná bọ ahéré.*

449. **One cannot refuse to sleep simply because one may die while sleeping.** Be temperate; avoid drastic or radical decisions. *A kò lè tìtorí pé a lè ti ojú orun dé ojú ikú, kí a má sùn mọ́.*

450. **One should not pour (away) the pap into the dunghill, simply because one wants to keep the goat from eating the pap's chaff.** Avoid vindictive actions; adopt radical responses with caution. *A kò lè tìtorí pé kí ẹran má jẹ èèrí, kí a wá da ẹ̀kọ sí ààtàn.*

451. **To be a relation of someone is no excuse to become a liability to the person.** Do not abuse your privilege; there is a limit to everything. *A kì í bá ara ẹni tan, kí á f'ara ẹni n'ítan ya.*

452. **That the rain has not fallen is no reason to wish the sea will flood the city.** Reactions should be commensurate; adopt extreme and radical reactions with caution. *Tí òjò bá kọ̀ tí kò rọ̀, ìyẹn ò ní ká sọ pé, kí omi òkun ya wọ ìlú.*

453. **If God watches over and protects someone, he or she ought to be cautious as well.** Do not be presumptuous; do not be rash. *Tí Ọlọ́run bá ńṣọ́ èyàn, èyàn máa ńṣọ́ ara rẹ̀ ni.*

454. **A rabid dog will at least recognise its owner.** Remain rational, regardless of the situation. *Tí ajá bá ńsínwín, á mọ ojú olówó o rẹ̀.*

# SELF-AFFLICTING ACTIONS

**455.** **A wicked person with up to six different ways he or she hurts others, will invariably hurt himself or herself with one or two.** We reap what we sow; it pays to be kind-hearted. *Tí aṣeni bá ní ibi méfà, yóò fi ọkan tàbí méjì, ṣe ara rẹ̀.*

**456.** **Where would the thief who stole the king's bugle blow it?** Some actions are self-limiting and ultimately self-defeating. *Olè tó gbé kàkàkí ọba, níbo ni yóò ti fun ún?*

**457.** **If someone destined to suffer has not been attacked by suffering, suffering must be busy with some other fellows.** Most afflictions are self-inflicted. *Bí ìyà kò bá tí ì jẹ ẹni ìyà, ìyà ǹrí nǹkan kan pa ẹnu lọ́wọ́ ni.*

**458.** **The dog tick is killing itself believing it is killing the dog; if the dog dies, will it remain alive?** Those working against their source of benevolence, are by extension working against themselves. *Èpà ǹpa ara rẹ̀, ó lóun ǹpa ajá; bí ajá bá kú, ṣé yóò wà láyé?*

**459.** **Ashes follow after whoever pours them.** We reap whatever we sow. *Ẹní da eérú, ni eérú ǹtọ̀.*

**460.** **Whoever wants to pull another into the forest will have to clear the path with his back.** Pursue goodness; those working against others invariably hurt themselves, as well. *Ẹni tí yóò fa èyàn wọ ìgbẹ́, ẹ̀yìn ẹ̀ ni yóò fi yà á.*

**461.** **A snail that tastes salt no longer has an antidote with the doctor.** Some actions can be self-limiting. *Ìgbín tó bá fi ẹnu kan iyọ̀, kò sí òògùn fún un, ní ilé adáhunṣe.*

**462.** **The knife destroys its home and claimed it is destroying the sheath.** Those working against others may unwittingly be destroying themselves, as well. *Ọbẹ ǹwó ilé ara rẹ̀, ó l'óun ǹba àkọ̀ jẹ́.*

**463.** **A child, who swore his mother will not sleep, would have to remain awake, as well.** Those who make trouble for others will have to trade-in their peace. *Ọmọ tó ní ìyá òun kò ní sùn, òun náà kò ní fi ojú kan orun.*

# PART 2

## RUNNING THE RACE

# CHAPTER SIX

———◆◆◆———

# Proactiveness and Strategic Mindset

## PROACTIVENESS

464. **The world will not notify one with a whistle before it leaves one behind.** Issues of life seldom give notices; live ready and promptly exploit opportunities. *Ayé kì í fọn fèrè, tó fi ńkọjá lára ẹni.*

465. **Any tree that makes one wealthy ought to be duly and promptly attended to.** One should promptly and carefully attend to one's source of livelihood and benevolence. *Igi tó bá ńso èso owó fún'ni, ńṣe là ńtún abẹ́ ẹ rẹ̀ ṣe.*

466. **An earthen pot that will serve one for a long time will not have its edge broken early.** Whatever will not stand the test of time will be known soon enough. *Ìkòkò tó máa bá'ni kalẹ́, kò ní ti àárọ̀ kán létí.*

467. **Whoever wants to fly must first run.** Success must be prepared for. *Ẹni tó bá fẹ́ fò, gbọ́dọ̀ kọ́kọ́ sáré.*

468. **A star that shows up in the afternoon merits the undivided attention of all the elders.** A serious issue deserves serious handling. *Ìràwọ̀ ọ̀sán gangan, tó ohun tí gbogbo àwọn àgbàlagbà ńpéjọ wò.*

469. **The branches of the African teak tree must be trimmed early; else the tree will demand for sacrifices once fully grown.** Otherwise simple issues can become complicated when left unattended. *Kékeré la ti ńpa ẹka ìrókò, tó bá dàgbà tán, á máa gba ẹbọ.*

470. **To remain perfectly silent in the forest is how bird droppings get to land on òne's head.** Keep moving; inactivity is risky. *Kí a dé igbó kí a má fọ'hùn ló ńmú ẹyẹ oko ṣu sí'ni lórí.*

471. **The side of the body on which one would sleep at night should not be injured during the day.** Be proactive; be mindful of the future. *Ẹ̀gbẹ́ táa máa fi sùn lálẹ́, kò yẹ ká fi gba ọgbẹ́ lọ́ọ̀sán.*

472. **I am hungry is not to be expressed by whistling.** A serious matter should not be taken lightly. *Ebi ńpa mí ò ṣeé fi ìfé sọ.*

473. **Whoever allowed his or her dinner to be eaten up by a cat would have to settle for any available meal.** Protect what is of value to you. *Ẹni bá gbé oúnjẹ alẹ́ ẹ rẹ̀ fún ológbò jẹ, ìjẹkújẹ ló máa jẹ sùn.*

474. **If a frog is not tossed into hot water and then into the cold one, it will not know which is better.** Assess all options to identify and adopt the best. *Bí a kò bá gbé ọ̀pọ̀lọ́ jù sínú omi gbígbóná, káa tún gbé e jù sí sínú omi tútù, kì í mọ èyí tó san.*

475. **Prior proper planning is what is required to build an exceedingly tall building.** Planning is crucial. *Èrò làá rò, káa tó lè kọ́ ilé tó ga bí i dodo.*

476. **So that mortars can be easily carried is why handles are carved on them.** Be proactive. *Kí a lè rí ibi gbé odó, la ṣe ńṣe ọyàn sí i.*

477. **It would heal soon, presumed by a leper was how his hand had to be amputated, eventually.** A simple issue, left unaddressed soon festers. *Ó máa tó san, ó máa tó san, lọwọ́ adẹ́tẹ̀ fi ńdi gígé.*

478. **A war announced well in advance never kills the lame.** Anticipate and address an issue before it occurs. *Ogun àsọtẹ́lẹ̀, kì í pa arọ.*

**479.** **The rope that ensnared the patridge is what made it a peer of just any bird in the forest.** A little issue may give rise to major embarrassments. *Okùn tó mú àparò lẹ́sẹ̀, ló sọọ di ẹgbẹ́ ẹyẹkẹ́yẹ nínú igbó.*

**480.** **A knife cuts a child's hand; even if the knife is thrown away; but surely the deed is done already.** To do the right thing, when it is already too late, often achieves little. *Ọ̀bẹ ti gé ọmọ lọ́wọ́; bí a bá tilẹ̀ ju ọbẹ nù, ṣebí ọbẹ ti ṣe ohun tó fẹ́ ṣe.*

**481.** **Whatever day a placenta is seen that is the day it is buried.** The day a serious matter is found out is the day it is addressed, as well. *Ọjọ́ tí a bá rí ibi, ni ibi ńwọ ilẹ̀.*

**482.** **A child not properly raised would sell off his inheritance, eventually.** Children ought to be properly raised when young, so that they do not become a liability when they become adults. *Ọmọ tí a kò tọ́, ni yóò gbé ilé tí a kọ́ tà.*

**483.** **If one catches a frog and discovers it is not of the edible species, one ought to let it go.** Do not ride a dead horse; do not insist on remaining on a sinking ship. *Tí èyàn bá mú ọpọlọ́ tí kò bá jọ kọ̀nkọ, èyàn ńjùúlẹ̀ ni.*

**484.** **Once the tree (branch) breaks, the bird perching on it will fly away.** No one wants to stay on a sinking ship. *Tí igi bá dá, ẹyẹ máa ńfò lọ ni.*

**485.** **The bean soup must be well stirred else it will be lumpy.** Look before you leap; think well before acting. *Èrò lọbẹ̀ gbẹ̀gìrì, tí a kò bá ròó á dí kókó.*

**486.** **Do not play rough with a dog, if you do not want to end up in tatters.** Think before you act; actions come with consequences. *Ẹni tí ò fẹ́ wọ àkísà, kì í bá ajá ṣe eré e géle.*

**487.** **That one was satisfied yesterday will not stop one from being hungry today.** Life's needs recur daily; plan and prepare for them. *Mo yó lánàá, kò kan ebi tòní.*

488. **Fish may be bent only while fresh; dried fish cannot be bent (without breaking).** Issues are better resolved while still simple; complex issues can be difficult to resolve. *Ní tútù là ńká ẹja kò; ẹja gbígbẹ ò ṣeé ká.*

489. **One must pay close to attention to whatever one cannot ignore or let go.** A crucial issue should be treated as such. *Ohun tí èyàn ò lè mójúkúrò, ńṣe làá ńmójútóo.*

490. **We lent out our arrow to Majiya, so that we would not suffer.** Be proactive and plan ahead. *Nítorí kí a má jìyà, la ṣe yá Májìyà lọfà.*

491. **You have not beaten a giant at night (under the cover of darkness) and you dared to beat him in the afternoon.** Prepare well before doing anything. *O kò lu òmìrán lóru, ò ńlùú lọsàán.*

492. **Whoever is satisfied has no problem delaying the meal; it is up to the one who is hungry not to tolerate the delay.** Those less affected by a matter are likely to be less passionate about it. *Ẹni tó ti yó, kò ní kí omi ọkà máà tiiri, ẹni tí ebi ńpa ni kò ní gbà.*

493. **Because of the troublesome fellow out there, is why we keep one at home.** Be proactive. *Nítorí wèrè ti òde, la ṣe ńní ti ilé.*

494. **The visit of a guest expected for 9 months (birth of a baby) cannot be sudden to one.** Be proactive; see and plan ahead. *Àlejò oṣù mẹẹsán, kì í bá'ni lójijì.*

495. **A person whose eyes are deep in their sockets typically starts his weeping from afar.** Know yourself and act accordingly; be proactive. *Àti òkèèrè l'olójú jínjì, ti máa ńmú ẹkún sun.*

496. **The monkey does not climb a tree it cannot get a clear view of.** Do your homework; plan properly before executing. *Bí ojú alákẹdun, kò bá dá igi, kì í gùn ún.*

497. **If someone will have a bad head, it often starts with a bad neck.** Every situation always starts from something else, seemingly unrelated; address issues promptly before it festers. *Bí orí èyàn yóò bá burú, ọrùn ni í kọkọ dùn ún.*

**498.    A little at a time is how the pig's snout gets into the garden.**
Often, big changes happen a little at a time; handle issues when they
are still minor. *Díẹ̀ díẹ̀ n'imú ẹlẹ́dẹ̀ fì ńwọgbà.*

**499.    Had the frog been as fleet-footed in the fields as it is in the hot
water pot, it would not have entered the pot.** A stitch in time saves
nine. *Eré tí ọpọlọ́ ńsá nínú omi gbígbóná, tó bá sáa lọ́dàn ni, kò ní
wọ omi gbígbóná.*

**500.    A drummer goes to an all-night party with two drums so that
even if one is bursted, he will still have another.** Build redundancy
into your planning process; hope for the best, but prepare for the
worst. *Dùndún méjì l'onílù ńgbé lọ ibi eré àṣemọjúmọ́; bí ọkan bá ya
á ku ọkan.*

**501.    Brace yourself to confront whoever you cannot avoid.** One should
make the best of an unavoidable situation or challenge. *Ẹni tí a kò bá
rí ibi sá fún, èyàn máa ńdúró dèé ni.*

**502.    No one goes to sleep with snake inside the roof of his house.** A
serious issue requires prompt attention. *A kì í fi ejò sí orí òrùlé sùn.*

**503.    The benefits from friendship must be realised while alive; no one
can inherit the estate of his or her deceased friend.** Make hay
while the sun shines. *Ààỳè làá jogún ọ̀rẹ́, b'ọọ̀rẹ́ kú tán, ogún ẹ̀ kò
kan ni.*

**504.    The hen cannot now begin to wail for lacking teeth.** Address
issues at the proper time for them. *Adìyẹ ò lè ti ìwòyí máa sunkún
àìléyín.*

**505.    Whoever chose to adopt drumming as a trade, late in life, would
find himself confined to beating only the smaller drums.** Make
hay while the sun shines; it is not wise to change career too late in
life. *Àgbàlagbà tó lọ fi arúgbó ara kọ́ ìlù lílù, omele ni irú wọn ńsán
kú.*

**506.    The African teak tree has now fallen by the house of mortar
maker, work should start without delay.** When needed resources

become available, the tasks at hand ought to be addressed. *Ìrókò ti wó sílé agbẹ̀dó; iṣẹ́ ti bẹ̀rẹ̀ ni pẹrẹwu.*

507.    **One ought to promptly attend to goiter, less it overwhelms the neck.** A serious matter merits serious attention. *A ńkíyèsí gẹ̀gẹ̀ ni, kó má báa gba ọrùn ká.*

508.    **A hen cannot be too busy to brood over its eggs.** We make time for what is crucial to us. *Àyè kì í há adìyẹ kó má lè dé ìdí àba rẹ̀.*

509.    **Snake bites one only once.** Make hay while the sun shines. *Ẹkan l'ejò ńyán'ni.*

510.    **Whoever tarries long in the forest, will see strange things.** Undue delay may lead to unexpected results; make hay while the sun shines. *Ẹní bá pẹ́ ní igbó, á rí ìríkúùrí.*

511.    **Whoever plays around with his or her youth will serve others with grey hairs.** Do things at their proper time; make hay while the sun shines. *Ẹni tó ńfi irun dúdú ṣeré, yóò fi irun funfun sin ẹni ẹlẹ́ni.*

512.    **Only the person who goes to the river very early fetches the cleanest water home.** Being first or starting earlier can be advantageous. *Ẹni tó jí lọ sí odò ni í pọn omi àìrú wálé.*

513.    **A woman should not be weeping at her old age for not having a child.** Make hay while the sun shines. *Ìgbà'yí làárọ̀, tí arúgbó wá ńsunkún ọmọ.*

514.    **If a protruding stick will not get poked into one's eye, one needs to take caution while afar off.** Issues are better promptly addressed before they fester. *Igi gogoro máà gún mi lójú, òkèrè la tíí wòó.*

515.    **If we do not address the calamity that claimed eggs during brooding, all the cocks in the town will also go for it.** A stitch in time saves nine. *Jàmbá tó ńkó ẹyin lórí àba, tí a bá dákẹ́, gbogbo àkùkọ ìlú ló má a lọ sí i.*

516.    **If we tarry long at the river, what will those at home drink?** Make hay while the sun shines; promptly address issues. *Kí a re odò ká sùn, kí lará ilé yóò mu?*

517. **It (opportunity) never drops from someone's hands unto the floor, but always into another person's hands.** Make the most of any opportunity that comes your way, or someone else will. *Kì í bọ́ lọ́wọ́ èyàn kó bọ́ sílẹ̀, ọwọ́ ẹlòmíràn ló máa ńbọ́ sí.*

518. **What is with the wound not oozing fluids, on time?** Make hay while the sun shines; do not be tardy. *Kí ni egbò ńṣe, tí kò fi àárọ̀ wa omi.*

519. **The okro vegetable becomes toughened in the farm, right to the knowledge of the farmer.** Promptly address issues. *Lójú olóko ni ilá ṣe ńkó.*

520. **Kolanuts become infested with pests in the presence of the owner.** Promptly address issues; some undesirable situations could occur even while one is aware of it. *Ojú olóbì, ni kòkòrò ṣe ńwọ̀ ọ́.*

521. **If one will not have one's eyes poked with a stick inadvertently, one must shout about it while still afar off.** Be proactive; do not be tardy. *Òkèèrè lati ńké ìbòsí, má ti ọ̀pá bọ̀ 'mí lójú.*

522. **A rich man paid for music and the poor man refused to dance; when would the poor man afford to pay for his own?** Be quick to take advantage of opportunity. *Olówó pe ìlù, tálíkà kọ̀ kò jó, ọjọ́ wo ló máa rówó pe tirẹ̀?*

523. **It is while on the crooked tree that one finds the proper one.** Make the best of available opportunities; do your best with what you have right where you are. *Orí igi tó wọ́, làá wà, táà rí èyí tó tọ́.*

524. **If a swaddling sash will cause a child one backs to fall, one ought to re-tighten it.** A stitch in time saves nine; address issues promptly. *Ọ̀já tí yóò gbé'ni lọ́mọ yí ilẹ̀, ńṣe làá tún un so.*

525. **Except there is an error in it, a set date cannot be so far off as not to come to pass.** Be steadfast; time waits for no one. *Ojọ́ kì í pẹ́, kó máà dé, à fi àìmọ̀ọ́kà.*

526. **An orange that refuses to fall for a famous person will get eaten by a strange bird.** Make hay while the sun shines; promptly take

advantage of opportunities. *Ọsàn tó rí gbajúmọ̀ tí kò bọ́, ẹyẹkẹ́yẹ ni yóò fi jẹ.*

527. **Robins wake up in a snap; you will not find a sick bird in its nest.** Do not be tardy. *Pírí l'olongo ńjí; a kì í rí olókùnrùn ẹyẹ lórí ìtẹ́.*

528. **It is not difficult to be patient about a matter whose end is known.** Be thorough in your planning to set deadlines. *Sùúrù tó l'ọjọ́, kò ṣòro í mú.*

529. **Mine is not an issue, is why the blacksmith ends up not owning any sword.** Do not procrastinate. *Tèmi ò ṣòro, tí kì í jẹ́ kí ọmọ alágbẹ̀dẹ ní idà.*

530. **If madness was prepared for, for twenty years, when would the mad person enter the market (or be publicly acknowledged)?** Make hay while the sun shines. *Tí a bá fi ogun ọdún pilẹ̀ṣẹ̀ ẹ wèrè, ọjọ́ wo ló máa wọ 'jà?*

531. **If we flap arms for twenty years, when are we going to fly?** Make hay while the sun shines. *Tí a bá fi ogún ọdún ṣánpá, ọdún wo la ó fò?*

532. **If a task does not require unduly long time, one should not drag its completion.** Make hay while the sun shines. *Tí iṣẹ́ kò bá pẹ́'ni, a kì í pẹ́ iṣẹ́.*

533. **If the eyes seep oil, one should promptly collect the eyes to do one's frying, before the seeping ceases.** Make hay while the sun shines; promptly take advantage of opportunities. *Tí ojú bá ńṣe epo, èyàn máa ńtètè yọ epo náà dín ohun tééyàn bá fẹ́ dín ni, nítorí ọjọ́ tí ojú kò ní ṣe epo mọ́.*

# FORWARD-LOOKING

534. **If the pap has lumps, it is not the fault of the corn seller.** Be tolerant; avoid transferred aggression. *Tí ẹ̀kọ bá dí kókó, kì í ṣe ẹjọ́ alágbàdo.*

535. **Evil should not be repaid with evil; those who repay evil with evil and wickedness with wickedness exacerbate them.** Forgive and forget; do not seek to get even. *A kì í fi oró san oró; aforósanró kì í jẹ́ k'óró ó tán láyé, afikàsànkà kì í jẹ́ ki ìkà ó tán bọ̀rọ̀.*

536. **There are no friends who do not quarrel and there are no quarrelling persons who cannot be friends.** Forgive and forget; let people go; do not hold anyone down. *A kì í rí arẹ́májà, a kì í sì í rí ajàmáàrẹ̀.*

537. **An elderly person that kicked the corpse of a wicked fellow exacerbates evil.** Do not repay evil with evil; forgive and forget. *Àgbà tó rí òkú ìkà lójúde tó taá ní ìpá, ìkà fi ńpọ̀ si ni.*

538. **The noise of who killed its sibling was what the chick made all around, until it was also picked up by the hawk.** Forgive and forget; be forward-looking; efforts to get even may sometimes prove counter-productive. *Ariwo ta ló pa mí lọ́mọ ìyá ni òròmọadìyẹ ńké kiri tí àwòdì fi gbé òun náà lọ.*

539. **Abusive or deriding words do not grow on one.** Ignore unjustified undermining or critical words; it is not every criticism that one responds to. *Èébú ò so.*

540. **Three year old ashes can burn one's fingers.** Long standing issues may remain fresh, unforgotten by some; let go and move forward. *Eérú ọdún mẹ́ta a máa jó'ni lọ́wọ.*

541. **Those betrayed by friends should not be offended; even siblings do betray one another.** Be tolerant; forgive and forget. Do not hold on to hurts. *Ẹni ọrẹ́ dà kó má ṣe bínú, ẹni abínibí ńda'ni.*

542. **One may only look derisively at a person one is able to see.** To directly affect someone, you need to make contact with the person;

the hurt of someone one is not in contact with is limited. *Ẹni tí a rí, là ńmọ́ ọ́ l'ójú.*

543.    **Any man who kills himself because of a woman, will find that thousands other women will walk across his grave.** The best is yet to come; be forward-looking. *Ẹni tó bá tìtorí obìnrin kan kú, ẹgbẹgbẹ̀rún obìnrin ló máa gba orí sàréè rẹ̀ kọjá.*

544.    **Any woman who kills herself because of a man, will find that thousands other men will walk across her grave.** The best is yet to come; be forward-looking. *Ẹni tó bá tìtorí ọkùnrin kan kú, ẹgbẹgbẹ̀rún okùnrin ló máa gba orí sàréè rẹ̀ kọjá.*

545.    **The wickedness of man cannot stop the work (or plan) of God.** Keep moving, undeterred; God has the final say. *Ìbàjẹ́ èèyàn, kò lè dá iṣẹ́ Olúwa dúró.*

546.    **We ought to focus on where we are going, not where we had fallen.** Focus and be forward-looking; let go of past failures and hurts. *Ibi tí à ńlọ là ńwò, a kì í wo ibi tí a ti ṣubú.*

547.    **To inordinately compare issues with issues is to make the issues fester.** Forgive and forget. *Ìfi ohun wé ohun, ìfi ọ̀ràn wé ọ̀ràn, kì í jẹ́ kí ọ̀ràn ó tán.*

548.    **Do not bite the fingers that feed you.** Do not repay good with evil. *Ìka tó bá ńfún'ni lóúnjẹ, a kì í gée jẹ.*

549.    **Poverty grips you and you are frowning; who'll give you the antidote?** Be positive; be forward-looking. *Ìṣẹ́ ńṣẹ́ ọ, ò ńrojú; ta ni yóò fún ọ lóògùn rẹ̀?*

550.    **Forward ahead is how the stem of a trap falls.** Be forward-looking; keep hope alive. *Iwájú, iwájú lọpá èbìtì ńré sí.*

551.    **I will exhaust my money's worth from this clothes, makes one appear a pauper.** Be positive and forward-looking. *Mà á lo owó mi tán lára aṣọ, òṣì ló fi ńta'ni.*

**552.** **Life requires forbearance; its not every issue that one gets angry about.** Learn to let go; it is not every right one enforces. *Mójú kúrò ni ilé ayé gbà; gbogbo ọrọ̀ kọ́ ló ṣeé bínú sí.*

**553.** **A flowing river never 'looks' back (or flows backward).** Be positive and forward-looking. *Odò tó ńṣàn, kì í b'ojú w'ẹ̀hìn.*

**554.** **One should not be ashamed of how God created one.** Accept what you cannot change. *Ojú bí Ọlọ́run bá ṣe dá'ni, kì í ti'ni.*

**555.** **The song one sang throughout yesterday without sleeping or resting is not a song one would start singing again, after waking up, today.** Be forward-looking; do not stay on a sinking ship. *Orin tí a kọ lánàá, tí a kò sùn, tí a kò wo, a kì í tún jí kọ ọ́ láàárọ̀.*

**556.** **A friend betrays me, I will betray him in return, simply spreads betrayals.** Forgive and forget. *Ọrẹ́ dà mí, màá da ọrẹ́, ọdàlẹ̀ fì ńpọ̀ si ni.*

**557.** **If we insist that a quarrel will not end, how will we have opportunity another?** Forgive and forget; be forward-looking. *Tí a bá ja ìjà kan, tí a bá ní kò ní tán, ìgbà wo la máa ja òmíràn?*

**558.** **After eating the leaf-wrapped corn meal, forgive (or let go of) the leaf wrappings.** Be forward-looking; once an objective has been achieved, be open-minded enough to let go of those who may have erred along the way. *Tí a bá jẹ ẹ̀kọ, a máa ńdáríji ewé ni.*

**559.** **If how filthy the pig is, is taken into account, no one will eat pork.** Be forward-looking; do not dwell on the past. *Tí a bá ro ìdọ̀tí ẹlẹ́dẹ̀, kò sí ẹni tó máa fẹ́ jẹ ẹ́.*

**560.** **If we close our eyes because of a wicked fellow, we will not know when a good man will pass by.** Maintain an open mind and be forward-looking. *Tí a bá tìtorí èyàn búburú dijú, a kò ní mọ ìgbà tí ẹni rere yóò kọjá lọ.*

**561.** **If a husband divorces one, one marries another husband; if a wife divorces one, one marries another wife.** Be forward-looking;

do not dwell in the past. *Tí ọkọ bá kọ'ni, ọkọ là ńfẹ́, tí aya bá kọ'ni, aya là ńfẹ́.*

**562.** **If a child does not forget about yesterday's quarrels, he will not have a play mate.** Forgive and forget; let go of the past, so as to grab the future. *Tí ọmọdé kò bá gbàgbé ọrọ̀ àná, kò lè rí éyàn bá ṣeré.*

## STRATEGIC MINDSET AND FUTURE-FOCUSED

**563.** **Do not cut off the branches of a tree, under whose shade you plan resting.** Think before you act; have a strategic perspective. *Abẹ́ igi tí àá sinmi sí, a kì í gé ẹka rẹ̀.*

**564.** **Well roasted fish is tasty, but what do we eat before the roasting is done?** Be strategic in your thinking and plans; have a plan B. *Àyàngbẹ ẹja dùn, ṣùgbọ́n kí la óò jẹ kí ẹja tó yan?*

**565.** **We should endure hunger (or inconveniences) to accomplish what would bring satiation, ultimately.** Plan for tomorrow. *Èyàn máa ńpebi mọ́ inú, ṣe iṣẹ́ ayo ni.*

**566.** **If a lender will not place one under pressure to repay, it will be obvious from his or her utterances.** The present can be a pointer to the future; be perceptive. *Ẹni tí yóò yá'ni lówó, tí kò ní sin'ni, ohùn ẹnu rẹ̀ làá ti mọ̀.*

**567.** **Whoever chose to burn the pestle to warm himself because of cold, should not be looking forward to eat any pounded yam.** Do not sacrifice your future for the present. *Ẹni tó tìtorí òtútù, fi ọmọ'rí odó yá iná, kò gbọdọ̀ retí àti jẹ iyán.*

**568.** **We ensure that the teeth of the dog at home is not removed, just because of the dog outside.** Be strategic in thinking; have a plan for the future. *Nítorí ajá ti òde, ni a kì í fi ká ti ilé l'éyìn.*

569. **We buy slaves so that we will not have to carry our loads on the head, by ourselves.** Be strategic in thinking; have a plan for the future. *Nítorí kí a má báa fi orí ru ẹrù, la ṣe ńfi owó ra ẹrú.*

570. **We maintain a farm by the river bank, because of the time of drought in future.** Plan for the future; be strategic. *Nítorí ọ̀dá, la ṣe ńlóko lákùrọ̀.*

571. **No one gives way (or defer) to someone who owned a horse in the past.** One's past is not as important as his future; be strategic. *A kì í yàgò fún ẹlẹ́ṣin àná.*

572. **Whoever will not allow one to eat and be satisfied, one ought to incorporate his portion into the plan.** Have a plan for all eventualities. *Ẹni tí kò bá fẹ̀ kí a jẹun yó, a máa ńṣe ti rẹ̀ mọ́ oúnjẹ ni.*

573. **Do not destroy what you will become, because of what you want to eat.** Do not destroy or compromise your future because of the present. *A kì í tìtorí ohun tí a ó jẹ, ba ohun tí a ó jẹ́, jẹ́.*

574. **The dove is unperturbed by the bush being on fire; once the bush is aflame, the dove simply flies away.** Always have a plan B; be strategic always. *Àdàbà ò nááni ànkùn'gbẹ́, pápá ńjó ẹyẹ oko fò lọ.*

575. **The farmer who ate and broke the gourd forgot the days of thirst ahead.** Maintain a view of the future; be strategic; avoid actions that could compromise your future. *Àgbẹ̀ jẹun yó, ó fọ́ akèrègbè, ó ti gbàgbé pé ọjọ́ òngbẹ sì ńbọ̀.*

576. **Only a ragged person keeps a needle along with the thread.** Take adequate steps to address your purpose and goal. *Alákìisà ló ńtọ́jú abẹrẹ́ t'òun t'òwú.*

577. **Do not mess up the porch of your house simply because you are off to Ede town, bearing in mind that you will still end up at the porch when you return from Ede.** Do not bang a door you will one day come back to knock. *A kò lè tìtorí pé a fẹ́ lọ Ẹdẹ, kí a wá ba ẹẹ̀dẹ jẹ́, nítorí tá a bá dé láti Ẹdẹ, ẹẹ̀dẹ náà la ó fi àbọ̀ sí.*

**578.** **Before an act of today, consider its likely consequence of tomorrow.** Think well before you act. *Tí èyàn yóò bá hùwà kan èní, ó yẹ kó ránti ẹsan kan ọla.*

**579.** **When a youngster is cutting a tree in the forest, the elders are the owns who very well know where the tree will fall.** Identify the consequence of an action before taking the action. *Tí ọmọdé bá ńgé igi ní inú igbó, àwọn àgbà ló mọ ibi tó máa ré sí.*

---

## INDISCRETIONS

**580.** **Do not fall off a palm tree and expect to be thereafter enthroned a king.** Indiscretions can impose limitations; be wary of indiscretions. *A kì í jábọ́ lórí ọpẹ, kí a tún jọba ni ìsàlẹ̀.*

**581.** **The top robe got torn on the neck and became flawed.** A little indiscretion can come with a major adverse impact. *Agbádá ya lọ́rùn ó bàjẹ́.*

**582.** **A little quantity of oil mars the surface of water.** A little indiscretion can very well mar a good reputation. *Epo bíntín ló ńba ojú omi jẹ́.*

**583.** **One slave will cause two hundred others to be reproved.** An indiscretion of one, invariably, smears all. *Ẹrú kan, ni í mú'ni bú igba ẹrú.*

**584.** **An indiscretion of one day does not get forgotten in twenty years.** Guard a good reputation; a little indiscretion can be costly. *Ìbàjẹ́ ọjọ́ kan, kì í tán lógún ọdún.*

**585.** **A tiny turd on the edge of a plate of bean soup may be overlooked by the eyes, but certainly not by the heart.** Watch the indiscretions; misdeeds may be overlooked, but they are seldom forgotten. *Ìgbọnsẹ̀ kékeré létí àwo gbẹ̀gìrì, bó bá kúrò lójú, kò lè tán lọ́kàn.*

**586.** **A broken pot is no longer suitable for cooking soup.** Indiscretions can be debilitating. *Ìkòkò tó fọ́, kì í ṣe ohun àmúsebẹ̀.*

**587.** **One ought to maintain a distance from matters that are likely to bring one into disrepute.** Discretion is crucial; choose wisely. *Ọ̀rọ̀ tó máa sọ'ni lẹ́nu, a máa ńjìn'nà sí i ni.*

**588.** **If one's eyes and nose are rheumy and unkempt, people will believe one is filthy, only one's family members will understand that one is ill.** Walk in wisdom; some issues may not be properly understood if not placed in the proper context. *Tí èyàn bá n'ikun n'ímú, tó n'ípin lójú, ọbùn lará ìta máa pèé, ará ilé ló máa bá'ni mọ̀ọ́ làmódi.*

**589.** **The broken gourd has ceased further trips to the river.** Weaknesses can impose limitations. *Akèrègbè tó fọ́, padà lẹ́hìn odò.*

**590.** **The same teeth with which the dog plays with its puppies are the same ones it uses to bite them.** If not well managed, a source of pleasure could become one of pain. *Eyín tí ajá fi ńbá ọmọ rẹ̀ ṣeré, ló fi ńbù ú jẹ.*

**591.** **The pest in the kolanut will not allow one to enjoy it.** Weaknesses can impose limitation. *Kòkòrò kò jẹ́ kí a gbádùn obì tó gbó.*

**592.** **The wild bat has one major flaw: its arms are longer than its thighs.** Some weaknesses can impose limitations. *Nǹkan kan ló ba àjào jẹ́, apá rẹ̀ gùn ju itan lọ.*

**593.** **The frog insists that when a discussion gets to the issue of a tail, it should be skipped.** People are uncomfortable discussing their weaknesses. *Ọ̀pọ̀lọ̀ ní bí a bá sọ̀rọ̀ dé ibi ìrù, kí a fòó.*

————————————————•••●●•••————————————————

# CHAPTER SEVEN

# Competency, Efficiency and Excellence

## COMPETENCY

594. **A cap that does not look nice remains in the pocket.** Be competent; a competent person can be attractive. *Fìlà tí kò sunwọ̀n, inú àpò ni í wà.*

595. **What is the excitement of a hawk that cannot catch hens?** Be competent; there is no honour for incompetency. *Kí ni ìwúrí àwòdì, tí kò lè gbé adìyẹ.*

596. **One should not be given the title of a hawk and be unable to catch hens.** Be competent. *A kì í fi'ni j'oyè àwòdì, kí a má lè gbé adìyẹ.*

597. **Only a dog that can run fast is used to hunt the zebra.** Place a square peg in a square hole. *Ajá tó lè sáré là ńdẹ sí egbin.*

598. **What the teeth are unable to cut is beyond the finger nails.** Walk in wisdom; we are differently endowed. *Ohun tí eyín bá gé tì, apá èékánná kò ka.*

599. **Only a sharp hunter is able to kill an elephant in the forest.** Be smart and competent; tough challenges gets easily resolved by the smart and competent. *Ọdẹ tó gbọ́n, ló ńpa erin nínú igbó.*

**600.** **A beautiful clothes kept in a bag cannot be appreciated.** Let your light shine; do not cover up your gift. *Aṣọ àtàtà kì í gbayì nínú àpò.*

**601.** **There is neither of the eyes and the ears that the head cannot run along with.** Be so competent as to be comfortable with any identified options or scenarios. *Àti ojú àti etí, kò sí èyí tí orí kò lè gbé sáré.*

**602.** **The hides of any elephant are not suitable for making the talking drum.** Use the right tools for tasks; place a square peg in a square hole. *Awọ erin kò ṣeé ṣe gángan.*

**603.** **If a poor man's rafters (or ideas) are not accepted for use in the morning (early), they will be used in the evening (later).** A sound idea will be embraced ultimately, regardless of the source. *Bí ẹkẹ otòṣì ò to ilé lóòwúrọ̀, á tòó lálẹ́.*

**604.** **If the eyes have not seen, the mouth cannot utter anything.** No one can display proficiency in what he or she does not know. *Bí ojú kò bá rí, ẹnu kì í sọ nǹkan.*

**605.** **A set of teeth that can crack palm kernel nuts should be able to crack stones as well.** Anyone should be able to handle a less challenging responsibility, than those exposed to. *Eyín tó bá lè fọ́ èkùrọ́, yẹ kò lè fọ́ òkúta.*

**606.** **A senior brother or sister who is wasteful will certainly serve his junior.** Be judicious in use of resources. *Ẹ̀gbọ́n tó bá ya àpà, yóò di ẹrú àbúrò o rẹ̀, dandan.*

**607.** **Look well at the clothes worn by anyone offering you clothes.** Look beyond the obvious; no one can give what he or she does not have. *Ẹní máa dáṣọ fún'ni, ti ọrùn rẹ̀ là ńwò.*

**608.** **Anyone who does not know how to dance ought not to stand too far from the drummers.** Do not dabble into things you are not competent in; seek for mentorship to address areas of weaknesses. *Ẹni ti kó bá mọ́ọ jó, kì í jìn'nà sí onílù.*

**609.** **A cry for help does not befit an elder while the shouts to be saved from animal attacks do not befit a hunter.** Be competent. *Gbàmí gbàmí, kò yẹ àgbà, ẹranko ńlé mi í bọ̀, kò yẹ ọdẹ.*

610. **In the land of the blind, a one-eyed man is their king.** Seek to be the best. *Ní ìlú afọ́jú, olójú kan lọba wọn.*

611. **A trouser already loose for the frog's hip is not one to be tried out on the snake.** A solution should be correlated to the problem it is to address; place a square peg in a square hole. *Ṣòkòtò tó ṣo ìdí àkèré, a kì í fi wọn ìdí ejò wò.*

612. **A trap that allows animals to escape makes the animals wiser.** Do it right first time. *Tàkúté tó mú àmúbọ́, máa ńkọ́ ọmọ ẹranko lọ́gbọ́n ni.*

613. **If a cat cannot kill rats, such is not used to keep watch in a home.** Be competent; no one wants to engage an incompetent. *Tí ológbò kò bá pa eku, a kì í fi irú u rẹ̀ ṣọ́ ilé.*

———————————————•••●●●•••———————————————

# EFFICIENCY

614. **Birds do not perch for long on a tree with no fruits.** Be productive. *Ẹyẹ kì í pẹ́, lórí igi tí ò léso.*

615. **No one kills a snail with a sword.** Do not kill a fly with a sledgehammer; be efficient. *A kì í fi idà, pa ìgbín.*

616. **No one cuts a tree with the blunt side of a cutlass.** Be efficient; do not address a task inefficiently. *A kì í fi òdì àdá bẹ́ igi.*

617. **Do not leave pounded yam at home to pester yam flour meal outside.** Do not ignore better options to focus on inferior ones. *A kì í gbé iyán sílé, da ọkà láàmú ní'ta.*

618. **No one lives by the riverside and washes his or her hands with saliva.** One should not suffer the lack of what one ought to have in abundance. *A kì í gbé létí odò, kí á fi itọ́ wẹ ọwọ́.*

619. **No one should be at the river and argue whether or not soap lathers.** Do not unduly flog an issue that can be easily evaluated. *A kì í gbé odò j'iyàn, bóyá ọṣẹ hó tàbí kò hó.*

620. **Do not go look outside for what you already have at home.** Be efficient. *A kì í ní ẹgbàá nílé, wá ẹgbàá ròde.*

621. **Do not look for horns in a dog's kennel.** Be efficient. *A kì í wá ìwo lọ sí ilé ajá.*

622. **No one goes seeking in Sokoto town, what is evidently in the pocket of one's trouser.** Be efficient. *A kì í wá ohun tó wà ní àpò ṣòkòtò, lọ sí Ṣókótó.*

623. **A sick person was merely asked to say a single "to", but he insisted that he could not say "to to to".** Do not waste resources declining a task than will require far less to accomplish; be efficient. *A ní kí olókùnrùn ṣe tó, ó lóun ò lè ṣe tó, tò, tó.*

624. **That one sleeps in one's pair of trousers will not stop the town from being besieged by war.** Some things will happen, regardless of preventive steps taken. *A wọ ṣòkòtò sùn, kò ní kí ogun má ja ìlú.*

625. **Only a wasteful person will hunt for fish with a dog.** Be efficient; Use the right tool for your tasks. *Aláṣedànù, tí ńf'ajá ṣ'ọdẹ ẹja.*

626. **Even if the house is on fire and the rain is pouring, a hungry man cannot be silent.** Those deeply concerned about a matter cannot but act, regardless of the subsisting condition. *Bí ilé ńjó, tí òjò ńrọ̀, ẹni ebí ńpa kò lè dákẹ́.*

627. **As long as the owner is not dead, a compound should not be overgrown with weeds (or suffer neglect).** A matter (or an asset) will not suffer neglect, if the person concerned (or the owner) can help it. *Bí olóde ò kú, òde rẹ̀ kò gbọdọ̀ hu gbẹ́gi.*

628. **The bush rat escaped into the forest, and the hunters were asked to bring their guns; to hunt an elephant or a buffalo?** Do not kill a fly with a sledgehammer. *Òkété já'ko, wọ́n ní kí gbogbo ọdẹ lọ fa ìbọn yọ, ṣé erin ni wọ́n fẹ́ pa ni àbí ẹfọ̀n.*

629. **While learning a task, is when one learns to be fast with it, as well.** Be efficient. *Ọjọ́ tí a bá kọ́ iṣẹ́, la ńkọ́ ìyára.*

630. **If the quantity of water one has will not do for a bath, one simply washes the face with it.** Make the most of what you have. *Tí omi ẹni ò bá tí ì tó'ni í wẹ̀, á fi í bojú ni.*

631. **The poor is said not to be as wise as the rich; else he will have been wealthy, as well.** Let your wisdom work for you; let the result of your wisdom show, else it will be doubted. *Wọ́n ní otòṣì kò gbọ́n bí ọlọ́rọ̀; tó bá gbọ́n bí ọlọ́rọ̀, ì bá ti lówó.*

632. **Whoever requires all the paws and the head of a tortoise requires the whole tortoise.** Be cost-effective; acquiring the whole may be more cost-effective than the cost of all the parts. *Ẹni tí yóò ra ẹsẹ̀, apá ati orí ahun, odindi ahun ló máa rà.*

633. **Someone close to the king is the one sent to him.** Be efficient; some approaches provide faster and better results. *Ẹni tó bá sún mọ́ ọba la ńrán sí orí adé.*

634. **There is still so much to be done, is why the farmer does not get home on time.** Be efficient and balanced. *Iṣẹ́ pọ̀ ńlẹ̀, iṣẹ́ pọ̀ ńlẹ̀, ni kì í jẹ́ kí ọmọ àgbẹ̀ dé ilé bọ̀rọ̀.*

635. **Pounded yam is not eaten along with the lumps.** Do not lump things together; separate the bad from the good. *A kì í jẹ ègún mọ́ iyán.*

636. **No one continues to shoot into a house already desolated.** Be efficient; do not needlessly waste resources. *A kì í tún yin ìbọn, sí ilé tó ti tú.*

---

# LIVING IN DENIAL

637. **One should not be light and claim to be heavy.** Do not live in denial. *Èyàn kì í fúyẹ́ kó lóun wúwo.*

**638.** **A person who planted 100 yam seedlings and claimed he planted 200, once he is through eating the 100 true yams (harvested), he will have to eat the 100 false ones as well.** To claim to be what one is not, puts one at a disadvantage, eventually. *Ẹni tó gbin ọgọọrún èèbù tó ní igba lòún gbìn, tó bá jẹ ọgọọrún iṣu tán, á sì jẹ ọgọọrún irọ́.*

**639.** **Whoever is hiding behind a needle is merely fooling himself.** To claim to be what one is not, puts one at a disadvantage, eventually. *Ẹni tó gọ sí ẹ̀hìn abẹ́rẹ́, ńtan ara rẹ̀ jẹ ni.*

**640.** **It will dawn on a hunchback at night, that the hump (at his back) is not a baby.** Whoever is in denial will have to face reality, eventually. *Ó di alẹ́ ki abuké tó mọ̀ pé, iké kì í ṣe ọmọ.*

**641.** **By the time the rain subsides, the person with an umbrella, will realise it has been a burden.** Whoever is in denial will have to face reality, eventually. *Ó di ìgbà tí òjò bá dá, kí alágborùn tó mọ̀ pé ẹrù lòún gbé.*

---•●●●●•---

## MUCH ADO ABOUT NOTHING

**642.** **The mortar carver can do nothing with the plantain stem.** Some things are useless for some purposes, no matter how they appear. *Agbẹdó kan ò lè fi ìti ọ̀gẹ̀dẹ̀ ṣe nǹkàn kan.*

**643.** **No matter how tall or big a hen gets, it will get eaten, eventually.** The end remains unchanged, regardless of what happens. *Bí adìyẹ ga gògòrò, bó ga gegere, pípajẹ náà ni yóò kẹ́hìn ẹ̀.*

**644.** **Whether a hen clocks 20 or 30 years, it will still end up being caged eventually.** The end remains unchanged, regardless of what happens. *Bí adìyẹ ṣe ogún, tó ṣe ọgbọn, àgò ni yóò padà dé e gbẹ̀hìn.*

**645.** **Whoever slaps one's chest cannot stop one's locust beans from fermenting.** Wicked acts may delay but cannot deter eventual achievement of a determined goal. *Ẹní gbá àyà ẹni, kò ní kí irú ẹni má rà.*

646. **What will a dog that made away with salt, do with it?** A meaningless pursuit. *Ajá tó gbé iyọ̀, kí ni yóò fi ṣe?*

647. **The goat is angry and scrubs the floor with its paws; it certainly will not kill its owner.** Needless pursuit. *Ewúrẹ́ ńbínú ó fi ẹsẹ̀ halẹ̀; kò ní pa olówó rẹẹ̀ jẹ.*

648. **Whoever is collecting rain water with the sieve is only fooling himself.** A fruitless pursuit. *Ẹní fi aṣẹ́ gbe òjò, ńtan ara rẹ̀ jẹ ni.*

649. **Anyone whose fingers are being cut off should not be putting on rings.** Do not indulge in actions inconsistent with your status or goals. *Ẹni tí a ńgé l'ọ́wọ́, kì í bọ òrùka.*

650. **Whoever owns the slave owns his load; whoever owns the load owns the slave carrying it.** Much ado about nothing. *Ẹni tó lẹrú ló lẹrù, ẹni tó lẹrù ló lẹrú.*

651. **Whoever owns a knife's handle owns the knife, and whoever owns the knife owns its handle, too.** Much ado about nothing. *Ẹni tó ni èkù ló l'ọbẹ; ẹni tó l'ọbẹ ló l'èkù.*

652. **Whoever wants to monitor when the crab goes to sleep will be long at the river bank.** Needless pursuit. *Ẹni tó ńretí àti sùn akán, á pẹ́ l'èbúté.*

653. **The (cutting of the) plantain stem is not what the cutlass needs to be sharpened for.** Much ado about nothing. *Ìti ọgẹ̀dẹ̀ kò tó ohun tí à ńpọn àdá sí.*

654. **What will be destroyed often does not get redressed with wisdom; a house about to collapse cannot be held back with supporting sticks.** Be perceptive; do not throw resources at unproductive ventures (or those past their time). *Ohun tó bá máa bàjẹ́, kò gba ọgbọ́n, ilé tó máa wó kò gba ti ká fi igi tì í.*

655. **There are exceeding details from a book (insignificantly) priced at one kobo.** Much ado about nothing. *Ọ̀rọ̀ pọ̀ nínú ìwé e kọbọ.*

656. **If a stripped rat is killed in an okro farm and cooked in a soup of okro leaves, the rat has merely gone to its home.** Much ado about nothing. *Tí a bá pa ẹmọ́ l'óko ilá, tí a sèé nínú ìlasa, ilé ẹmọ́ l'ẹmọ́ lọ.*

657. **No one is justified complaining about being looked at by another.** More ado about nothing. *A kì í wí ẹjọ́ ọ wíwò, kí a jàre.*

# PRUDENCE

658. **The head of a cow is well beyond what a youngster should take his *garri* (dried cassava flakes) meal with.** Be prudent and judicious. *Orí màlúù tóbi jù fún ọmọdé láti fi mu gààrí.*

659. **The food one desires to eat for long should not be eaten with the ten fingers.** Be prudent and moderate. *Oúnjẹ tí èyàn á jẹ pẹ́, kì í fi ọwọ́ mẹ̀wẹ̀ẹ̀wá jẹẹ́.*

660. **A youngster's first income typically goes for trifles, if the second income goes for trifles as well, he is undeserving of wealth.** Avoid wasteful lifestyle; be prudent. *Owó tí ọmọdé bá kọ́kọ́ ní, àkàrà ló fi ńjẹ, tó bá fi jẹ àkàrà lẹ́ẹ̀kejì, kò yẹ kó lówó.*

661. **If a matter is not serious enough, one should not go into excessive details about it.** Be prudent and tactful. *Tí ọ̀rọ̀ kò bá tó ọ̀rọ̀, a kò gbọdọ̀ fi ìtàn balẹ̀.*

# PURSUING EXCELLENCE

662. **The world seeks those who will make it better.** Make things (or life) better and you will be honoured. *Àbùkún layé gbà.*

663. **Lack of strength is what makes anyone claim that the cutlass is blunt; else, the cudgel is good enough to cut trees.** No excuse for failure. *Àìlápá làdá ò mú, bí a bá lápá, ọmọ owú tó gé igi.*

664. **A dog that returned unscathed from the leopard's domain should be congratulated.** Recognise and appreciate excellence. *Ajá tó re igbó ẹkùn tó bọ̀ ni, ó yẹ kí a kí i kú ewu.*

665. **Only those who complete their tasks successfully are the ones deemed by the world as successful.** Maintain a passion for excellence. *Ẹni bá ṣe àṣeyọrí, layé ló mọ̀n ọ́n ṣe.*

666. **Grass-cutters seek out the farm whose yams and corns are well-formed.** Excellence can be attractive; pursue it. *Ilẹ̀ tí iṣu rẹ̀ bá ta, tí àgbàdo rẹ̀ bá yọ ṣọbọlọ, lọyà máa ńya sí.*

667. **Rather than return home poor, a prince will rather tarry longer abroad.** Make no room for failure. *Kàkà kí ọmọ ọba fi iṣẹ́ wọ ìlú, á kúkú fi ọjọ́ kún ọjọ́ rẹ̀ lẹ́hìn odi.*

668. **The rain cannot fall without leaving a mark.** Some situations cannot but leave an impact. *Òjò kò ní rọ̀, kó máà nípa.*

669. **The eyes cannot see the lice on clothes and not ensure they are killed.** An important issue cannot but be attended to. *Ojú kò ní rí iná aṣọ, kó má paá.*

670. **The set of eyes that cannot view fire and the sun is not one that will last.** What will endure will be obvious early enough. *Ojú tí kì í wo iná, tí kì í wo òòrùn; kì í ṣe ojú tí ńbá'ni d'alẹ́.*

671. **A tasty soup costs money.** No free lunch. *Ọbẹ̀ tó dùn, owó ló paá.*

672. **A hunter who brought no games home is the one who receives gun-handling lessons from his wife.** Poor performance can bring

humbling experiences. *Ọdẹ tó lọ sí oko tí kò mú ẹran wálé, lobìnrin ńkọ́ bí wọ́n ṣe ńyin ìbọn.*

673. **A child cannot lose something and he will be praised.** No one is praised for poor performance. *Ọmọ kì í sọ nnkan nù, kí a fi ọwọ́ raá lórí.*

# CHAPTER EIGHT

# Learning, Self-Knowledge and Broadmindedness

## LEARN CONTINOUSLY

674. **One is never too old to learn what one does not know.** There is no end to learning and age is no barrier to it either. *A kì í dàgbà fún ohun tí a kò bá mọ̀.*

675. **A dry leaf that falls off a tree, is a lesson to the fresh ones still on the tree.** Be perceptive to learn from the experiences of others. *Tí ewé gbígbẹ bá bọ́ lára igi, ó fi kọ́ ewé tútù lọ́gbọ́n ni.*

676. **By wisely adopting and using the wisdom of others, an elder does not get seen as stupid.** We can learn from anyone; do not despise others. *Ọgbọ́n ọlọ́gbọ́n, ni kì í jẹ́ kí a pe àgbà ní wèrè.*

677. **A person who falls into a ditch is a lesson to others.** Learn from the mistakes of others. *Ẹní jìn sí kòtò, kọ́ ará ìyókù l'ọ́gbọ́n.*

678. **Whatever death befalls one's peers is sending one a proverbial warning.** The experiences of others are learning opportunities; learn from others. *Ikú tó ńpa ojúgbà ẹni, òwe ló ńpa fún'ni.*

679. **To take to good counsel brings one into good favours.** Be willing to learn and take to good counsel. *Ká wí fún'ni ká gbọ́, oríire ló ńkó bá'ni.*

**680.** **We learn from the predicaments of others.** Be perceptive to learn from the experiences of others. *Ọ̀ràn ọlọ́ràn, la fi í kọ́ ọgbọ́n.*

**681.** **Wisdom has no permanent place of abode; it stops over wherever it pleases; it does visit a fool, once in a while.** Listen well: no one has a monopoly of wisdom; even a fool can sometimes make sense. *Ọgbọ́n ò nílé, ibi tó bá wùú ló lè yà sí; a máa ya ilé òmùgọ̀ lẹ́ẹ̀kànkan.*

**682.** **We should use the good wisdom of others where possible; the ideas of one person are not sufficient.** Be humble to learn from others; it is good wisdom. *Ọgbọ́n ọlọ́gbọ́n la fi ńṣọgbọ́n, imọ̀ràn ẹnìkan kò tó bọ̀rọ̀.*

**683.** **Only a wise youngster seeks counsel from the elderly person.** Be humble to learn from those ahead in your particular area of endeavour. *Ọmọ tó bá gbọ́n, ló ńfi ọ̀rọ̀ lọ àgbà.*

**684.** **The cane used to beat the first (senior) wife is up in the attic for the second (junior) one.** Learn from the experiences of others; do not assume that you can simply escape what the others in the same situation had encountered. *Pàṣán tí a fi na ìyálé, ó wà lókè àjà fún ìyàwó.*

**685.** **If one is not far from the elders, one will be exposed to wisdom.** Be close to those at the top of your areas of interest; explore a mentorship relationship. *Tí èyàn ò bá jìnnà sí àgbà, á máa rí ọgbọ́n kọ́.*

**686.** **If a youngster is not old enough to witness an event, he should be old enough to learn of it by oral tradition, and oral tradition is superior (because whereas there is a limit to what he can witness in life, there is no limit to what he can learn by oral tradition/learning).** Be willing to learn continuously. *Bí ọmọdé kò bá bá ìtàn, á bá àrọbá, àrọbá sì ni baba ìtàn.*

**687.** **Whoever enquires about the road (he is taking) seldom gets lost.** Be inquisitive. *Abèèrè ọnà kì í ṣì 'nà.*

**688.** **Those who adopt the wisdom of others seldom trip.** Be open and quick to learn from others. *Afọgbọ́nọlọ́gbọ́n ṣe ọgbọ́n kì í ṣìṣe.*

689. **Those who are smart to adopt the wisdom of others seldom get shamed easily.** Be open to learn from others. *Afọgbọ́nọlọ́gbọ́n ṣe ọgbọ́n kì í tẹ́ bọ̀rọ̀.*

## PURSUE KNOWLEDGE

690. **A person who knew the way last year will not necessarily know the way this year.** Learn continuously; keep up to date. *Amọ̀nà èṣí kì í ṣe amọ̀nà ọdún yìí.*

691. **Forest birds seldom know how to fly on grasslands.** An expert in one thing is often a novice in another; no one knows it all. *Ẹyẹ igbó, kì í mọ fífò ọ̀dàn.*

692. **Only the modern day dogs can chase the modern day rabbits.** Be current; update yourself constantly. *Ajá ìsìnyí, ló mọ ehoro ìsìnyí ńlé.*

693. **Strangers (to a place) have eyes, yet cannot 'see' (well enough) with them (to know their way around).** Those new to things may see things, but lack their understanding and implications. *Àlejò lójú kò fi ríran.*

694. **One cannot be at home and know who died in battle.** Knowledge must be sought for; one cannot claim to know more than those deeply connected to a matter. *A kì í gbé ilé mọ ẹni tí ogún pa.*

695. **You can teach a person but you cannot know his thoughts or decisions.** There is a limit to everything; no one knows it all. *A kì í kọ́'ni kí á mọ ti inú ẹni.*

696. **No one can be adept at scratching someone else's body better than the person himself.** You cannot insist you know about someone else's affairs than the person; begin your quest for knowledge from the people who really know. *A kì í mọ ara á họ, tó alára.*

697. **One cannot claim to know Ojo's mother more than Ojo, himself.** No one can claim to know more about an issue than those directly concerned. *A kì í mọ ìyá Òjó, ju Òjó lọ.*

698. **No sculptor can carve the internals of whatever item he is carving.** No one can do it all; no one knows it all. *Agbẹ́ igi lére kan, kò lè gbẹ́ inú u rẹ̀.*

699. **The person going ahead, who fell will not let the person coming behind trip.** Learn from the experience of others rather than from yours. *Ará iwájú tó ṣubú, kò ní jẹ́ kí ti ẹ̀hìn ó fi ẹsẹ̀ kọ.*

700. **The clothes that befit a season is what should be sown for the season.** Keep current; keep a square peg in a square hole. *Aṣọ ìgbà là ńdá fún ìgbà.*

701. **If God can show you your enemy, the enemy can no longer kill you.** Ignorance kills and knowledge empowers; once the cause of an issue is found, the issue is more or less resolved. *Bí Ọlọ́run bá ti fi ọtá ẹni han'ni, kò lè pa'ni mọ́.*

702. **Whoever has no one like someone cannot appreciate the person.** People seldom appreciate what they are not familiar with. *Ẹni tí kò ní irú ẹni, kò lè mọ iyì ẹni.*

703. **It is not the egg that will instruct the hen.** Be prepared to learn: do not presume you know more than anyone, especially those ahead of you. *Ẹyin kọ́ ni yóò pìtàn fún adìyẹ.*

704. **Physical size or strength will not open a door, but the right key.** There is always a know-how to addressing every issue of life; there is a key to every issue. *Fìrìgbọ̀n kò ṣí'lẹ̀kùn, á fi ẹni tó bá ní kọ́kọ́rọ́ rẹ̀ l'ọ́wọ́.*

705. **Everything has its know-how; the cat is better at hunting than the dog, but it is the dog that comes home with its games.** Learn constantly; knowledge empowers. *Gbogbo nǹkan ló ní mímọ̀ ọn ṣe; ọgbọ́n tí ológbò fi ńṣe ọdẹ dára ju ti ajá lọ, ṣùgbọ́n ajá ló ńmú ẹran wá'lé jù.*

706. **When parents reprimand their children is where those without parents take correction.** Be quick to learn from the experience of others; take advantage of every situation as a learning experience. *Ibi tí ọlọ́mọ bá ti ńbá ọmọ rẹ̀ wí, ni àwọn tí kò ní òbí ti máa ńkọ́ ọgbọ́n.*

707. **However a host resolves an issue is how a guest accepts.** Be tactful; be humble to follow the lead of those ahead of you, even if you are convinced you know more. *Ibi tí onílé bá fi ọ̀rọ̀ sí, l'àlejò máa gbà.*

708. **No one is confused about a place where night falls, while one is still one's present.** One cannot be ignorant of what one is familiar with. *Ilẹ̀ tó bá t'ojú ẹni ṣú, òkùnkùn rẹ̀ kì í rú 'ni l'ójú.*

709. **Knowledge comes by learning.** Knowledge is crucial; learn constantly. *Kíkọ́ ni mímọ̀.*

710. **There is nothing going on in the farm-house that those at home are not aware of.** One cannot be ignorant of the details of what one is familiar with. *Kò sí ohun tó ńṣelẹ̀ lábà, tí ará ilé kò mọ̀.*\

711. **There is nothing inside a hen that the hawk does not know (since it preys on it).** You cannot be ignorant about what you are inherently familiar with. *Kò sí ohun tó wà nínú adìyẹ, tí àwòdì kò mọ̀.*

712. **It was when the hand was not wise that the eyes get rheumy.** Some things subsists only where ignorance exists. *Nígbàtí ọwọ́ kò tí ì gbọ́n, lojú ńṣe ipin.*

713. **One only looks at the food one is not familiar with disdainfully; if one is familiar with faeces, it will taste like honey.** Whatever is unfamiliar is held in disdain. *Nǹkan tí a kò bá mọ̀ọ́ jẹ, ni a ńwò tẹ̀gbin tẹ̀gbin, bí a bá mọ imí jẹ, bí oyin ni yóò rí.*

714. **Whatever the eyes have not seen cannot sadden the heart.** We can only react to what we know about or can perceive. *Ohun ojú kò rí, kì í ba ọkàn jẹ́.*

715. **Only the person, who asked a question, wants to know the answer.** Be inquisitive. *Ẹni tó bá béèrè ọ̀rọ̀, ló ńfẹ́ ìdí rẹ̀ ẹ́ gbọ́.*

**716.** **To ask questions ensures a man does not miss his way; whoever makes no inquiry is exposed to needless distress**. Have an enquiring mind, and focus on learning; be inquistive. *Ìbéèrè ni kì í jẹ́ kí èyàn ó ṣì'nà; ẹni tí kò béèrè ni í pọn ara rẹ̀ lójú.*

**717.** **An ignorant person harms himself or herself in untold ways.** Ignorance is debilitating; what you do not know can be of benefit to you. *Ohun tí aláìmọ̀kan fi ńṣe ara rẹ̀ ló pọ̀.*

**718.** **You cannot be repulsed by what you have not seen or experienced.** One cannot react to what one cannot perceive or appreciate. *Ohun tí èyàn kò bá rí, kì í rí èyàn lára.*

**719.** **Whatever the teeth are chewing cannot be strange to the mouth.** What one is evidently familiar with cannot be strange. *Ohun tí eyín ńjẹ, kì í ṣe àìmọ̀ ẹnu.*

**720.** **The eyes that once knew one cannot deny this knowledge.** The obvious cannot be denied. *Ojú tó bá ti rí ẹni rí, kò lè tún padà sọ pé òun kò mọ'ni mọ́.*

**721.** **The stone already seen by a bird cannot kill the bird.** The enemy revealed can no longer harm someone. *Òkò tí ẹyẹ bá ti rí, kì í pa ẹyẹ.*

**722.** **A three year old corpse is no longer a stranger to the grave.** A long-standing issue cannot be strange. *Òkú ọdún mẹ́ta, ti kúrò làlejò sàréè.*

**723.** **Only a thief can trace the footsteps of another thief on a mountain.** We can easily recognise those with whom we share common values. *Olè ló mọ ẹsẹ̀ olè ńtọ̀, lórí àpáta.*

**724.** **Those knowledgeable about proverbs have the mastery of a discourse.** Seek wisdom; seek the knowledge of proverbs. *Olówe l'aláṣẹ ọ̀rọ̀.*

**725.** **A song that is not difficult to raise will not be difficult to backup.** A clear issue does not need to plead for support. *Orin tí kò ṣòro ó dá, kì í ṣòro ó gbè.*

726. **No degree of pile ailment can cause one to spend the money one does not have.** You cannot give what you do not have. *Owó ti kò sí, jẹdíjẹdí kan ò lè gbà á.*

727. **There is no end to wisdom (or learning).** Learn continuously. *Ọgbọ́n kì í tán.*

728. **Wisdom wins battle; knowledge defeats rebellion.** Knowledge and wisdom are crucial; seek them. *Ọgbọ́n ni í ṣẹ́gun; ìmọ̀ràn ní í ṣẹ́ ọ̀tẹ̀.*

729. **The wisdom of one age is the foolishness of another.** Learn continuously and keep current; knowledge is not static. *Ọgbọ́n ọdún, ni wèrè ìgbà míràn.*

730. **A child born at the farm barn will not have issues plucking yams out of the barn.** We are knowledgeable and experienced about what we are familiar with. *Ọmọ tí a bí nínú ọgbà, kì í ṣi iṣu yọ.*

731. **Only a knowledgeable person can identify a pregnant snail.** Seek knowledge; it confers privileges and power. *Ọmọ̀ràn ni í mọ oyún ìgbín.*

732. **Not travelling far enough is why one has not seen a squirrel with a hump; if one can get to the deep forest, one will find animals that limps.** Lack of exposure can be limitting; exposures broadens the mind. *Àì rìn jìnnà, làì rí abuké ọkẹ́rẹ́, bí a bá dé igbó tó tó igbó, àá rí ẹranko tó ńtiro.*

733. **Not travelling far enough is why one has not seen a squirrel with a hump; if one can explore the depth of the sea, one will find a deaf fish.** Lack of exposure can be limitting; exposures broadens the mind. *Àì rìn jìnnà, làì rí abuké ọkẹ́rẹ́, bí a bá dé inú ibú, àa rí ẹja tó di'tí.*

734. **Not travelling far enough is why one has not seen a squirrel with a hump; blind birds are right in the forest.** Lack of exposure can be limitting; exposures broadens the mind. *Àì rìn jìnnà, làì rí abuké ọkẹ́rẹ́, afọ́jú ẹyẹ ńbẹ lóko kárinkése.*

735.	**If we travel far enough, we will get to where the needle is used to pound yam and the pounded yam would have no lumps.** Exposure broadens the mind. *Tí èyàn bá rìn jìnnà, á dé ibi tí wọn ti ńfi abẹ́rẹ́ gúnyán tí kò ní lẹ́mọ.*

736.	**If one travels far enough, one will see a crippled fish.** Exposure broadens the mind. *Tí èyàn bá rìn jìnnà, á rí ẹja tó ya arọ.*

737.	**In the mouth of a toothless person, bean cakes would seem like bones.** A simple task is complex to one who is unprepared for it. *Tí àkàrà bá dé eyín akáyín, á di egungun ni.*

---

## SELF-KNOWLEDGE

738.	**The bat knows how ugly it looks, which is why it flies at night.** Know yourself and show yourself in the best light. *Àdán mọ bó ṣe búrẹ́wà tó, ló ṣe ńfò lóru.*

739.	**Those in the wrong and yet in denial, places their town at the risk of war.** Recognise and accept your faults. *Ajẹbi má mọ̀, máa ńkó ogun ja ìlú ni.*

740.	**The scorpion insists it is beyond an insect that may be despised (or ignored).** Self-knowledge and self-respect are crucial. *Àkèekèé ní òun kúrò ní kòkòrò kí nìyí.*

741.	**You seldom can tell you are greedy, if you are; it has to be pointed out to you by those close to you.** Objective self-appraisal can be difficult; people tend to be blind to their faults. *A kì í ni ọkánjúwà kí a mọ̀, ará ilé ẹni ni í sọ fún ni.*

742.	**Do not lay hands on what you cannot carry (or handle).** Do not dabble into things that are beyond your capabilities. *A kì í dá ọwọ́ lé ohun tí a kò lè gbé.*

743. **One cannot be silent and misspeak; one cannot simply stare and be in trouble.** If one is not exposed, one cannot experience the consequence of a risk. *A kì í dá'ké ká ṣì 'wí; a kì í wò sùn ká dá'ràn.*

744. **The potsherd is the one that can confront live fire.** Know yourself: your strengths and weaknesses. *Àpáàdì, ló tó ko inà lójú.*

745. **Yaw infection deals with its victim's nose as it pleases.** Recognise and manage the factors that are beyond your control. *Àrà tó bá wu ògòdò, ni í fi imú olówó o rẹ̀ dá.*

746. **A beggar cannot be choosy.** Understand your position. *Atọrọjẹ kò gbọdọ̀ yanbọ.*

747. **A person seldom appreciates his or her self-worth.** Know and respect yourself. *Èyàn kì í mọ iyì ara rẹ̀.*

748. **Fish swims along with its school.** We are comfortable with those with whom we share values. *Ẹgbẹ́ ẹja l'ẹja ńwẹ̀ tọ̀.*

749. **Birds of the same feathers flock together.** Those who share common attributes and interests are typically good company to one another. *Ẹgbẹ́ ẹyẹ l'ẹyẹ ńwọ́tọ̀.*

750. **One can only use water-yam to prepare pounded yam for one's peers.** Less than savoury offer should be for one's peers. *Ẹgbẹ́ ẹni là ńgúnyán ewùrà dè.*

751. **It is where one attends to the sick that one attends to oneself as well.** Self examination is crucial. *Ibi tí a ti ńwo olókùnrùn, la ti í wo ara ẹni.*

752. **The nose cannot perceive its own odour.** Objective self-appraisal can be difficult. *Imú kì í gbọ́ òórùn ara rẹ̀.*

753. **Every man's character is good in his eyes.** Objective self-appraisal can be difficult. *Ìwà ni í jọ oníwà lójú.*

**754.** **The palm tree did not ask to be spared out of fear, but to be able to offer palm wine in future.** Some actions are not necessarily out of fear. *Ẹ̀rù kọ́ ló ńba ọpẹ tó fi ní ká dá òun sí, nítorí ẹmu ọla ni.*

## HALF-KNOWLEDGE & HALF-MEASURES

**755.** **If one would refuse a meal, the refusal would include the pieces of meat on it.** No half measures. *Bí èyàn bá máa kọ oúnjẹ, tẹran tẹran lèyàn ńkọ̀ ọ́.*

**756.** **Partial knowledge of the Egun language often results in contention.** Partial knowledge is seldom beneficial. *Àgbọ̀ìgbọ́tán Eègùn tí í dá ìjà sílẹ̀.*

**757.** **Affliction of blindness and leprosy should be total; partial blindness do results in contention.** No half-measures. *Pátápátá là ńfọ́jú, kùnà kuna là ńdẹ́tẹ̀, ojú àfọ̀ìfọ́tán ìjà ló ńmú wá.*

## NO ONE KNOWS IT ALL

**758.** **No one possesses all wisdom.** Maintain a teachable mindset. *Ẹni kan kì í gbọ́n tán.*

**759.** **One cannot be so adept at swimming as to swim straight round the whole world.** There is a limit to what any one person can do. *A kì í mọ̀ọ́ wẹ̀, kí á wẹ ayé já.*

**760.** **A dog cannot be so vicious as to watch over two houses, simultaneously.** There is a limit to what any one person can do, but together, we can do more. *Ajá kì í rorò títí, kí ó ṣọ́ ojú ilé méjì.*

761. **It is the physical body we can all see, no one knows what is deep within the heart of anyone.** We cannot read minds and the intentions of people; be perceptive. *Ara la mọ̀, a kò mọ inú.*

762. **As the paws of a rat are, that is how it uses them to wipe its face.** We are limited by our capabilities. *Bí ọwọ́ eku ṣe mọ, ló ṣe fi ńbọ́jú.*

763. **No one can be so good and not have a flaw.** No one is perfect; be tolerant. *Èyàn kì í dára, kó má kù síbì kan.*

764. **No matter how wise a person is, he cannot knot some water inside the hem of a cloth.** There is a limit to everything. *Ọlọ́gbọ́n kan kò lè takókó omi sí etí aṣọ.*

765. **Humans are not like yams that may be scratched to check how they are.** Be perceptive; no one can be sure of what is in the heart of anyone. *Èyàn kò dàbí iṣu tí a lè ṣẹ́ lórí wò, kí a wò bí ó ti rí.*

766. **Only a mild fire will get put out by the saliva of the snail; heavy fire will burn the snail and its shell to ashes.** There is always a limit to what anyone or anything can do. *Iná tí kò tó iná, ni itọ́ ìgbín lè pa; tí iná bá tó iná, a máa jó ìgbín ti ìkarawun ti ìkarawun.*

767. **No matter how short anyone is, no one needs to stretch to see the sky.** Tough times cannot impact all areas; limits exist on what can be affected. *Kò sí bí èyàn ṣe lè kúrú tó, kò lè nàgà wo sánmà.*

768. **Those dyeing clothes cannot see through the dyeing liquid to the base of the container.** There is a limit to what one can know even on matters closely concerning one. *Ojú aláró kì í rí ìsàlẹ̀ aró.*

769. **Wisdom does not insulate anyone from mistakes.** No one is infallible. *Àṣìṣe kò kan ọgbọ́n.*

770. **The obstinacy of pepper pales compared to that of the grinding stone.** No one knows it all; no one is beyond mistakes. *Agídí ata, kì í tó ti ọmọ ọlọta.*

771. **Any king who despises wise counsel hardly takes long to stumble.** No one knows it all; be humble to learn from others. *Ọba tí kì í fẹ́ gba ìmọ̀ràn, irú u wọn kì í pẹ́ fi ẹsẹ̀ kọ.*

772. **A child cannot be so good at eating corn meal and not soil his hands.** No one is beyond mistakes. *Ọmọdé kò lè mọ ẹ̀kọ ọ́ jẹ, kó má ráa lọ́wọ́.*

773. **Despite how long the neck of a giraffe is, it cannot see the future.** No one knows tomorrow. *Bí ọrùn àgbánréré ti gùn tó, kò lè rí ọjọ́ ọ̀la.*

774. **How things will get better is in God's hands.** Man proposes; God disposes. *Bí yóò ti dára, lọ́wọ́ Elédùmarè ló wà.*

775. **The bush rat says it knows every day, but not another day.** No one knows tomorrow. *Òkété ní ọjọ́ gbogbo ni òun mọ̀, òun kò mọ ọjọ́ míràn.*

776. **It is today we all know about, no one knows tomorrow.** Write off no one; no one can predict the future for certain, so do not give up hope. *Òní la rí, kò sí ẹni tó mọ ọ̀la.*

777. **The bean soup needs to be constantly stirred (during its preparation); else it will become lumpy.** Proper planning averts complications during implementation. *Rírò lọbẹ̀ ẹ gbẹ̀gìrì, táà bá ròó, a máa dí kókó.*

778. **If we plan to push it to stand, what if we push it and it falls?** Think well before you act; consider all possible scenarios. *Tí a bá ní káa tì í kó dúró, tí a bá tì í tó bá ṣubú, ńkọ́?*

779. **One cannot be at home and know who was killed at war.** One cannot have the knowledge of what one is not privy to. *A kì í gbé ilé mọ ẹni tí ogún pa.*

# BROADMINDEDNESS & NAIVETY

780. **If a child has not seen another's, he will claim his father's farm is the largest.** Need for broad-mindedness; relying solely on one's experience or perspective could be self-limiting. *Bí ọmọdé kò bá rí oko bàbá ẹlòmíràn, á ní ti bàbá òun ló tóbi jù.*

781. **Ignorance is what will make a house rat challenge the cat for a duel.** Ignorance and naivety can prove costly. *Àìmọkan ni í mú èkúté ilé, pe ológbò n'íjà.*

782. **Whoever has never been hungry seldom appreciate satiation and whoever has never experienced poverty seldom appreciate wealth.** We seldom appreciate what we have never experienced. *Ẹni ebi ò pa rí, kì í mọ iyì ayo; ẹni tí ò jẹ ìyà rí, kì í mọ iyì ọrọ̀.*

783. **A youngster out of ignorance beckons on war, claiming he will simply escape into his mother's room when war comes.** Naivety can be risky. *Ọmọdé kékeré kò mọ ogun, ó ní k'ógun ó wá, ó ní b'ógún bá dé, òun a kó s'íyàrá ìyá òun.*

784. **The chick is ignorant of the hawk; the mother hen is the one that knows the kite.** The inexperienced can be ignorant of risks inherent in different situations; naivety can be costly. *Òròmọadìyẹ kò mọ àwòdì; ìyá rẹ̀ ló mọ àṣá.*

785. **A youngster, ignorant of charms, imagines it to be vegetable soup; he is oblivious that this is what killed his father.** Ignorance and naivety can be costly. *Ọmọdé ò mọ oògùn, ó ńpè é lẹ́fọ̀; kò mọ̀ pé ikú tó pa baba òun ni.*

786. **If a fool is not duly restrained, he will throw stones at a leopard.** Naivety can be risky. *Tí a kò bá dá òmùgọ̀ lẹ́kun, yóò sọ̀ òkò sí ẹkùn.*

## ORDERLINESS, RIGHT TIME AND PLACE

787. **The finger appropriate for the nose is what ought to be used to pick it.** Things should be properly done. *Ìka tó bá tọ́ sí imú, la fi í ro imú.*

788. **A lamp is not valued in the afternoon, but do get appreciated at night.** There's always a right time for anything; find and use it. *Àtùpà kì í níyì lọ́ọ̀sán, ṣùgbọn a máa gbayì lọ́jọ́ alẹ́.*

789. **We cannot ask the king to trek, because we want to appreciate the horse.** Decorum and orderliness are crucial. *A kò lè tìtorí pé a fẹ́ kí ẹṣin kú iṣẹ́, kí a wá ní kí orí adé rin'sẹ̀.*

790. **No one can be in so much haste that he stumbles with the heels.** Everything has its place. *A kì í kánjú títí kí a fi ẹ̀hìn ẹsẹ̀ kọ.*

791. **Morsels of food are not destined for the chin.** There is a right time and a right place for anything. *Àkàṣù kò ní ibi í rè l'ágbọn.*

792. **It is on the mother's chest that a child meets the breast.** There is an order to things. *Àyà ìyá lọmọ ńbá ọmú.*

793. **No matter how clean the anus is, it is not a home for the nose.** Objectionable situations cannot be endured for long. *Bí ó ṣe lè wù kí ẹnu fùrọ̀ mọ́ tó, kì í ṣe ilé imú.*

794. **A single ear does not suit the head; a single shoe does not suit the feet.** Some things are simply inappropriate; avoid them. *Etí kan ò yẹ orí, bàtà kan ò yẹ ẹsẹ̀.*

795. **Three ears do not suit the head; three people cannot stand in groups of twos.** Some things are simply inappropriate; avoid them. *Etí mẹta ò yẹ orí; èèyàn mẹta kò lè dúró ní méjì méjì.*

796. **Order is the first law in heaven.** Orderliness is crucial. *Ètò lòfin kín-in-nín lóde ọrun.*

797. **Grey hairs are the mark of old age; beards are the mark of seniority; moustache is simply a mark of insolence.** Everyone has his or her place. *Ewú logbó; irùngbọn làgbà; máàmu làfojúdi.*

798. **Only someone who cannot properly run an errand needs to repeat it.** Doing something improperly often results in wastages. *Ẹni tí kò mọ iṣẹ́ ẹ́ jẹ, ni í pààrà lẹ́ẹ̀mejì.*

799. **The back of the waterpot is no home for snails.** There is a right place for everything. *Ẹ̀hìn àmù, kọ́ ni ilé ìgbín.*

800. **One ought to urinate in a proper place.** Things should be done in order. *Ibi tó tọ́, lèyàn ńtọ̀ sí.*

801. **Tall trees beautify the forest as the rainbow beautifies the sky.** Some things are comely. *Igi tẹ́ẹ́rẹ́ yẹ igbó, òṣùmàrè yẹ ọ̀run.*

802. **A well ordered pattern is how maize arranges its seeds.** Order is crucial. *Létò létò, l'àgbàdo ńto ọmọ tirẹ̀.*

803. **There is how we handle whatever we do not want destroyed.** There is a right approach to anything. *Ohun tí a kò bá fẹ́ kó bàjẹ́, ó ní bí a ti í ṣe é.*

804. **There's what is proper and befitting; a tethering rope does not suit the hen; even if it does, the shame will be on the person holding the rope.** Some things are not comely and proper. *Ohun tó yẹ 'ni ló yẹ 'ni, okùn ọrùn kò yẹ adìyẹ; ó dẹ̀ yẹ adìyẹ, ẹni tó mú u dá 'ní lojú máa tì.*

805. **The bush rat that shows up in the afternoon exposes itself to derision (as it is likely to be hunted and killed).** There is a right time for everything; do not do the right thing at the wrong time. *Òkété tó jáde lọ́ọ̀sán, fẹ́ fi ẹsín ara rẹ̀ hàn ni.*

806. **Words are like plantain, if they are not ripe and soft, they cannot be discussed.** There is a right time to discuss or address any issue. *Ọ̀gẹ̀dẹ̀ lọ̀rọ̀, tí kò bá pọ́n, kó rọ̀, ko ṣeé sọ.*

807. **No knowledgeable person can unilaterally make himself a chief.** No one can appoint himself, regardless of his or her attributes. *Ọ̀mọ̀ràn kan, kì í fi ara rẹ̀ joyè.*

**808.** **The movement of the hands precedes dancing (by the legs).** There is a proper order to everything. *Ọwọ́ ni í ṣíwájú ijó.*

**809.** **When night falls, the pieces of the "ayo" game are packed up.** Things ought to be done at their proper time. *Tí alẹ́ bá lẹ̀, à á fi ọmọ ayò fún ayò.*

**810.** **If a matter is not ripe for discussion, it is not discussed.** There is always a right time for any thing. *Tí àsìkò ọ̀rọ̀ kò bá tì í tó, a kì í sọ ọ́.*

**811.** **If a proverb does not apply to a situation it is not cited.** Things should be done properly and in order. *Tí òwe kò bá jọ òwe, a kì í pa á.*

# CHAPTER NINE

───────◆◇◆───────

# Responsibility, Grit and Boldness

## TAKING RESPONSIBILITY

812. **A person has to first carry his luggage before others offer to help.** Take ownership of your responsibilities, even if help is available. *Ẹlẹ́rù ló ńgbé ẹrù rẹ̀, kí a tó báa fi ọwọ́ kún un.*

813. **One may assist someone to get a job, but it is up to him to do the job.** Everyone must take responsibility for his or her life. *A máa ńbá èyàn wá iṣẹ́ ni, a kì í bá èyàn ṣe é.*

814. **One ought not to abdicate one's responsibility.** Do not abdicate your responsibility. *A kì í sá fún ojúṣe ẹni.*

815. **Whoever trusts on hoped for inheritance exposes himself or herself to poverty.** Take responsibility for your life; do not place undue hopes on others. *Agbójú lógún fi ara rẹ̀ fún òṣì ta.*

816. **The person directly affected by an issue, ought to know how to resolve it.** Take responsibility for your affairs. *Alátìíṣe ló ńmọ àtíṣe ara rẹ̀.*

817. **One's arms are one's companions; one's elbows are one's siblings.** Take responsibility; do not unduly depend on others. *Apá l'ará; igúnpá n'iyèkan.*

**818.** **A person's palm cannot deceive him.** What you achieve by yourself endures; take responsibility for your life. *Àtẹ́lẹwọ́ ẹni kì í tan'ni jẹ.*

**819.** **Father was absent is better than father came, but brought nothing.** Better to be absent than to be present and not be responsible. *Bàbá ò wá, ó sàn ju bàbá wá, kò mú nnkànkan bọ̀ lọ.*

**820.** **If an abominable act does not kill, it may impoverish.** Obedience is crucial; objectionable acts often result in undesirable consequences. *Bì èwọ̀ ò bá pa'ni, a máa pọ́n'ni láṣọ.*

**821.** **If fire is burning one along with one's child, one typically puts out the fire on one, first.** Take care of your concerns; if you are unmindful of them, who will? *Bí iná bá ńjó'ni tó ńjó ọmọ ẹni, tara ẹni làá kọ́kọ́ pa.*

**822.** **Alaba is not that much of a twin; he or she is the fourth in line.** Do not expect anyone to shoulder the responsibility you ought to take. *Díẹ̀ ni ti Àlàbá nínú ìbejì, ẹkẹrin ọmọ ni í ṣe.*

**823.** **Whoever killed an ostrich and locked up his mother will definitely pop gun at his father, if he gets to kill a cow.** The present situation could provide an insight into the future. *Ẹni bá pa ògòngò tó ti ìyá a rẹ̀ mọ́lé, tó bá pa màlúù, yóò yọ ìbọn sí bàbá a rẹ̀.*

**824.** **By itself, the needle pierces clothes with its pointed end.** Your progress or otherwise is up to you; take responsibility for your life. *Fúnrara abẹ́rẹ́ ló ńfi ẹnu ara rẹ̀ dá aṣọ lu.*

**825.** **To face war and not flee is the honour of a man.** Do not shirk responsibilities. *Kí á rí ogun, kí á máa sá, ni iyì ọkùnrin.*

**826.** **The smoker himself with his mouth beckons on death.** Your progress or otherwise is up to you; actions come with consequences. *Fúnrara amùkòkò ló ńfi ẹnu ara rẹ̀ pe ikú.*

**827.** **A tree cannot be shielded by another tree and consistently sprout leaves.** Get out of your comfort zone; take responsibility for your future. *Igi ò lè gbé abẹ́ igi, kó rúwé.*

828. **The partridge would have ended up in okro soup, but for its destiny.** Do not expect anyone but yourself to look out for you. *Ìwò tí ayé ńwo àparò, bí i kí wọ́n fi dá ilá ni, orí ẹyẹ ni kò pẹyẹ.*

829. **The lot does not fall on one and one will abdicate.** Do not shirk your responsibilities. *Kì í dé bá'ni, kí á yẹ'rí.*

830. **The lot cannot fall on the head and it will be chased into the body.** Do not shirk your responsibilities. *Kì í dé bá orí kí orí ó sá wọ'nú.*

831. **Do not put your hopes on inheritance, the results of one's labour is what endures.** Do not be dependent; take responsibilities for your life. *Máà gbójú lé ogún, ti ọwọ́ ẹni ni í tó'ni.*

832. **You are not the one feeding me, is how the indolent prevails over the diligent.** Everyone has responsibility for his life. *Nkò jẹ nínú iṣẹ́ ọwọ́ ọ̀ rẹ, ni ọ̀lẹ fi ńṣẹ́gun alágbára.*

833. **The river washed away my yams, is not a tenable excuse to give at one's inlaw's house.** Do not shirk your responsibility. *Odò kó mi ní iṣu lọ, kò ṣeé rò ní ilé àna.*

834. **What one labours for is what endures.** Do not unduly place your hope on others; take responsibility for your life. *Ohun tí a bá fi ara ṣiṣẹ́ fún, ni í pẹ́ lọ́wọ́ ẹni.*

835. **What has not been laboured for does not last.** Do not unduly place your hopes on others; take responsibility for your life. *Ohun tí a kò bá jìyà fún, kì í t'ọjọ́.*

836. **What has not really happened is what is not acceptable.** We must make room for whatever becomes a pressing issue. *Ohun tí kò bá tí ì dé, làyè ò gbà.*

837. **The eyes of someone else cannot be compared to one's eyes.** Depend less on others. *Ojú olójú, kò lè dàbí ojú ẹni.*

838. **A thief that hopped into someone else's property, whether or not he is seen by the owner, still has one more hopping to do.** You can

only have a permanent hold on what is really yours; take responsibility; depend less on others. *Olè tó bẹ́ gìjà sínú ilé onílé, bí onílé rí i bí kò rí i, gìjà rẹ̀ tún ku ẹkan.*

839.    **One cannot be fed to satisfaction with the hands of another.** Take responsibility for your life; depend less on others. *Ọwọ́ ọlọ́wọ́, kò lè yó ẹnu ẹlẹ́nu.*

$$\bullet\!\bullet\!\bullet\!\bullet\!\bullet\!\bullet$$

## DETERMINATION AND GRIT

840.    **The brave has no eyes for tears.** Be strong and determined; do not seek to be pitied. *Akọni kì í l'ójú ẹkún*

841.    **Wherever honey is, ants will search it out.** Those who truly desire something will search it out; doggedly pursue your goals. *Ibikíbi tí oyin bá wà, lèèrà ńwáa rí.*

842.    **A creeper that wants to obstruct the elephant will find itself in the river with the elephant.** Be determined; determination will cut through obstacles, ultimately. *Ìtàkùn tó ní kí erin má wọ odò, t'òun terin ní wọ́n ńlọ.*

843.    **Even if a bat is left with just one paw, it will hang onto a tree branch.** Be dogged; be determined. *Bí ó bá ku ọwọ́ kan àdán, yóò fi rọ igi.*

844.    **No matter how hard the aerial yam plant is pulled, it will yet grow to maturity.** Dogged determination assures success. *Bó ti wù kí á fa igi èsúrú tó, èsúrú yóò ta.*

845.    **Man can only put out fire; no one can put out smoke.** A good person may only be hindered; no one can keep him or her down, permanently. *Iná l'ọmọ aráyé lè pa, kò sí ẹni tó lè pa èéfín.*

846.    **Whoever wants to eat the honey embedded in a mountain will not fret about the axe.** Focus and persistence are crucial; avoid distractions. *Ẹni máa jẹ oyin inú àpáta, kì í wo ẹnu àáké.*

847. **One cannot enter into a pool of water and still be complaining of feeling cold.** Do not complain of heat in the kitchen; do not make an issue of what is supposed to be an obvious consequence. *A kì í bọ́ sínú omi tán, kí a máa ké igbe òtútù.*

848. **One cannot get to the river without getting splashed with water.** Do not complain of heat in the kitchen. *A kì í dé odò, láì f'ara kan omi.*

849. **If a season is not so good, persevere; the good season will soon come.** Persevere and keep hope alive; tough times never lasts. *Bí ìgbà bá ńgbá'ni ká máa rọjú, bó pẹ́ bó yà ìgbà ńbọ̀ wá gba'ni.*

850. **We cannot be lying on the floor, and still fall down.** He who is down needs no fall. *A kì í dùbúlẹ̀ ní'lẹ̀ kí á yí ṣubú.*

851. **One cannot abort one's trip, simply because one has been delayed.** Be persistent and resilient. *A kì í tìtorí pé a pẹ́, kí a tún wá padà sí ẹ̀hìn,*

852. **A snail will not embark on climbing a tree and fail to climb it.** Be determined and persistent. *Ìgbín kì í tẹnu mọ́ igi, kó má gùn ún.*

853. **Everyone makes efforts without which one will seem lazy; everyone gets tired every day.** Be persistent and resilient. *Ìyànjú là ńgbà; bí a kò gbìyànjú bí ọlẹ là ńrí; ojojúmọ́ ni í rẹ'ni.*

854. **We may have to get to where we'd rather not be before getting to our destination.** Be persistent and determined. *Kí a tó dé ibi tí à ńlọ, a lè kọ́kọ́ dé ibi tí a kò fẹ́.*

855. **A cat cannot be so tired, that it will not be able to hunt mice.** No impossibility; be steadfast and persistent. *Kì í rẹ ológbò, kó má lè ṣe ọdẹ eku.*

856. **I'm tired and fed up, cannot be coming from someone hunting an elephant.** The bigger the dream, the more the persistence required. *Ó sú mi, ó rẹ̀ mí, kì í ṣe ọdẹ erin.*

857. **If the woodpecker will peck a tree, ceaselessly, it will get something from the tree, eventually.** Be persistent; never give up. *Tí akòko bá ńsọ igi láì jáwọ́, bó pẹ́ bó yá, á rí nǹkan gbà lọ́wọ́ igi.*

858. **If one is thrown by a horse, one should remount it again.** Be persistent; try again, and again; do not give up. *Tí ẹṣin bá dá'ni, a máa ńtún un gùn ni.*

859. **If one has not gotten to one's destination, one should not stop.** Keep moving forward; one should not let go or rest until one's goals are achieved. *Tí èyàn kò bá tí ì dé ibi tó ńlọ, kì í dúró.*

860. **If one of the bat's paws slips (from a tree branch), it will grab the tree branch with another.** Be persistent; never give up. *Tí ọwọ́ àdán kan bá yẹ̀, á fi èkejì gbá igi mú.*

861. **Three elders cannot all have issues pronouncing 'ekulu' (a species of deer) properly.** Multiple options increase the odds of getting it right. *Àgbà mẹ́ta ò lè ṣi èkùlù pè; bọ́ọ̀kan pe ekúlu, èkejì á pe ekulu, ẹ̀kẹta á sì pe èkùlù.*

862. **If we will not give up trying, our hustling will one day come to an end.** Be persistent; if we will not quit, we will win. *Bí a kò bá dẹ́kun ìgbìyànjú, bó pẹ́ bó yá akitiyan á dópin lọ́jọ́ kan.*

863. **As long as lice remain on one's clothes, blood (from killing them) cannot cease from one's finger nails.** Do not quit, until you win. *Bí iná ò bá tán l'áṣọ, ẹ̀jẹ̀ kì í tan léèkánná.*

864. **If one's hand is neither stuck in the (food) plate nor in one's mouth, one will be full, eventually.** If one will keep up the necessary efforts without relenting, results will come eventually. *Bí ọwọ́ ò sun inú àwo, tí ò sùn sí ẹnu, bó pẹ́ bó yá, èyàn á yó.*

865. **The fast runner will not go past the house (destination), and the slow walker will not sleep on the way.** Focus and be steadfast. *Asúrétete kò ní kọjá ilé, arìngbẹ̀rẹ̀ kò ní sùn s'ọ́nà.*

# BOLDNESS AND COURAGE

866. **One does not allow oneself to get infected with a disease out of shyness.** Do not keep quiet in the face of serious challenges. *A kì í fi ìtìjú kárùn.*

867. **One cannot be enthroned king and reflect cowardice.** Be bold and decisive. *A kì í jẹ ọba tán kí a l'ójo.*

868. **One defers to the person who sent one on an errand, not to the person one is sent to.** Be bold and courageous to follow through on your plans. *Ẹní rán 'ni ní iṣẹ́ là ńbẹ̀rù, a kì í bẹ̀rù ẹni a máa jẹ ẹ́ fún.*

869. **Whoever has not fallen cannot rise.** Falling may well be a stepping stone. *Eni tí kò bá ṣubú, kò lè dìde.*

870. **Wealth resides in the lion's mouth.** Willingness to take risks is crucial to success. *Ẹnu kìnìún lowó wà.*

871. **The river is unperturbed; the person who will dive into it is the one who should be wary.** Be courageous, but assess the inherent risks properly. *Ẹ̀rù ò ba odò; ẹni máa rọ́ lu odó lominú ńkọ.*

872. **The cutlass is manly; its sheath is manly; the person who held it is manly, as well.** Be bold and decisive. *Ọkùnrin l'àdá ọkùnrin l'àkọ, ẹni tó múu dání gan an, ọkùnrin ni.*

873. **Scratch the skin rash harshly, even if it will ooze fluid or blood, so be it.** Be decisive and bold. *Pàrá làá ṣéfọ̀n, bí yóò bá ṣoje kó ṣoje, bí yóò bá sì ṣẹ̀jẹ̀ kó ṣẹ̀jẹ̀.*

874. **When it has to do with its chicks, a hen is not scared of the hawk.** We all have zero-tolerance to losing what is of value to us; be bold and decisive. *Tí ó bá ti di ti òròmọadìyẹ, àgbébọ kì í bẹ̀rù àṣá.*

875. **A child cannot be so scared of his dream as to be unable to recount it.** Be courageous. *Àlá kì í ba ọmọ lẹ́rù, kó má leè rọ.*

## CONFIDENTIALITY & PRIVACY

876. **No one dries out in the open a clothing item that ought to be dried in the closet.** A confidential issue should be treated as such; do not make an open show of an issue, which should be kept confidential. *Aṣọ kọ̀rọ̀, ẹni kan kì í sá a nígbangba.*

877. **Hens do not disclose where worms are to one another.** Do not make an open show of your trade secrets; it is not everything that should be made open and thrown into the public square for all. *Àwọn adìyẹ kì í fi ibi tí kòkòrò wà, han ara wọn.*

878. **A child, who insists that he will be eating pigeons' heads, once he grows up, will find that those same pigeons will not let him grow up.** Be perceptive; it is not every goal that should be made public. *Ọmọ tó ní tí òun bá dàgbà, orí ẹyẹlé lòun máa máa jẹ, orí ẹyẹlé ọ̀hún kò ní jẹ́ kó dàgbà.*

879. **The world is not to be opened up to.** Keep confidential matter confidential; it is not every matter that should be revealed to everyone; wisdom is it. *Ayé ò ṣeé fìnú hàn.*

880. **The king has ears at home and at the farm, refers to people (eavesdropping).** Do not assume that words spoken out are still confidential; be conscious how confidential matters are discussed. *Etí ọba n'ílé, etí ọba l'óko, èyàn ló ńjẹ́ bẹ́ẹ̀.*

881. **No other animal gets to see the teeth the bush rat use to crack palm nuts.** People seldom make the secret of their success public; Do not make an open show of your trade secrets. *Eyín tí òkété fi ńpà èkùrọ̀, kò sí ẹranko ẹgbẹ́ ẹ rẹ̀ tó lè ri.*

882. **Whoever intends to acquire an expensive item of clothing ought to keep the information to himself.** Keep your lofty dreams to yourself; it is not every plan that should be made public. *Ẹni tí yóò dá aṣọ ẹtù, inú u rẹ ni í gbé.*

883. **Where the egret (with its sparkling white feathers) washes its 'clothes' is not known to any partridge.** Trade secrets are seldom shared openly; keep your lofty dreams and plans to yourself. *Ibi tí lékeléke ti ńfọṣọ, ẹyẹ àparò kan ò lè mọ ibẹ̀.*

884. **Whatever name one will give one's child resides in one's heart.** Some issues are better kept private. Do not throw out private and confidential information in the open, needlessly; keep your lofty dreams and plans to yourself. *Inú ẹni ni orúkọ tí àá sọ ọmọ ẹni í gbé.*

885. **It is in the seclusion of one's home that one eats a rat with an outsized navel.** Some issues are better kept private; if someone does not need information, it is unwise to disclose it to him. *Inú ilé ẹni, la ti ńjẹ èkúté onídodo.*

886. **The walls have ears; this refers to people (eavesdropping).** Do not assume that the words spoken out are confidential; be conscious of how confidential matters are discussed. *Ògiri létí; èyàn ló ńjẹ́ bẹ́ẹ̀.*

887. **Whatever is carried out in secret will soon come out in the open.** Nothing can remain hidden forever; refrain from doing anything you cannot stand by when discovered. *Ọ̀rọ̀ ìkọ̀kọ̀, sì ńbọ̀ ní gbangba.*

888. **The matter kept away from the father would ultimately be settled by him.** Nothing can be hidden forever; it is only a question of time. *Ọ̀rọ̀ tí a ní kí baba máà gbọ́, baba náà, ló máa parí i rẹ̀.*

889. **An unpleasant matter is usually addressed with the help of close relations.** Keep confidential issues private; do not wash your dirty linens in public. *Ọ̀rọ̀ tí kò bá sunwọ̀n, ará ilé ẹni ni í ba'ni í gbọ́.*

890. **One need not bend over to discuss (in low tones) a matter that needs no privacy.** A matter that does not require confidentiality need not be furtively discussed. *Ọ̀rọ̀ ti kò gba kọ̀rọ̀, ẹnikan kì í tẹ̀ sọọ́.*

891. **When a farm goes aflame, the flakes fly home to bear the tale.** Nothing can be permanently covered up. *Ti iná ba ńjó lóko, màjàlá a ṣe òfófó.*

## PICK YOUR BATTLES

892.   **Whatever pepper that quarrels with the grinding stone will get used for preparing soup.** Do not fight a war you cannot win. *Ata tó bá bá akọ òkúta jà, á di ohun àmúsebẹ̀.*

893.   **A snake that was dropped by an elder in fear is what a child picks up; if he has no respect for the elder, he should at least fear the snake.** Do not be presumptuous. *Ejò tí àgbàlagbà fi ìbẹ̀rù bojo jù sílẹ̀, lọmọdé kì mọ́lẹ̀; bí ọmọ náà ò bá bọwọ̀ fún àgbà, o yẹ kó lè bẹ̀ẹ̀rù ejò.*

894.   **One should not ambush a person one cannot defeat.** Do not outdare yourself. *Ẹni tí a ò lè mú, a kì í gọ dè é.*

--------•••●●●•••--------

## ISOLATION IS RISKY

895.   **Its penchant for moving alone is what exposes the snake to life-threatening risks.** Isolation can be risky. *Àdánìkànrìn ejò ló ńjẹ ọmọ ejò níyà.*

896.   **Stubbornly going it alone is what can spell doom, deferring to those ahead (and obtaining their support), harms no one.** Be open to good counsel. *Àdáṣe ni í hun'ni, ìbà kì í hun'ni.*

--------•••●●●•••--------

## SEEK HELP

897.   **To be without a wife is not an issue to keep silent about.** Do not take lightly an issue that requires serious handling. *Àìní ìyàwó, kò ṣeé fi dákẹ̀.*

898. **Whoever is directly affected by a matter, ought to take necessary steps to resolve it.** Take responsibility for your affairs; do not take lightly an issue that requires serious handling. *Alátìíṣe ló ńmọ àtìṣe ara rẹ̀..*

899. **One ought not to conceal one's injured hand under one's garment.** Do not hide your problems; seek help. *Ọwọ́ tó ńdun'ni, a kì í fi sí abẹ́ aṣọ.*

--------●●●●●●--------

## FINISH WHATEVER YOU START

900. **No one appreciates a person who abandons a task, but the one who completes it.** Finish whatever you start. *A kì í dúpẹ́ lọ́wọ́ aláṣetì; aláṣeyọrí là ńkí.*

901. **One cannot abort a journey, simply because the destination is far.** Finish whatever you start; do not submit to obstacles. *A kò lè tìtorí pé ọ̀nà jìn kí a wà padà sẹ́hìn.*

902. **It is no issue to be born into the world; to survive in the world is what is crucial.** Often starting a thing is nothing compared to sustaining it. *A ti wáyé ò ṣòro, à ti gbé ayé ní nǹkan.*

903. **The redemption of a lazy person must be total; if one buys clothes for him, one must dye them; if one defends him in a fight, one must accompany him home.** Carry out whatever you do as to make the results irreversibly complete; finish whatever you start. *Àgbàtán là ńgbọlẹ; bí a bá dáṣọ fún ọlẹ, àá paá láró; bí a bá làá níjà, àá sìn ín délé.*

904. **We praise the person who completes a task, not the one who abandons it.** Do not start what you will not finish. *Aláṣeyọrí la máa ńkí, a kì í kí aláṣetì kú iṣẹ́.*

**905.** **If you cannot outsmart the partridge in your farm, do not try to kill it.** Do not start what you cannot finish. *Bí a kò bá gbọ́n ju àparò oko ẹni lọ, a kì í paá.*

**906.** **Do not take nips at a piece of meat that you have no desire to eat.** Do not start what you will not finish. *Ẹran tí a ò bá ní í jẹ, a kì í fi eyín dán an wò.*

**907.** **To start anything is not as crucial as seeing it through to completion.** *Finishiative* is superior to initiative; finish whatever you start. *Ìbẹ̀rẹ̀ kọ́ l'oníṣẹ́, à fi ẹni tó bá fi orí tì í d'ópin.*

**908.** **Good morning, is eventually going to the same place as Good evening.** Eventually, everything started is planned to be concluded. *Ibi ẹ kú alẹ́, ni ẹ kú àárọ̀ sì ńbọ̀.*

**909.** **I've finished, is what is honourable; no one gives thanks for an incomplete job.** Endeavour to finish whatever you start. *Mo ṣe é tán ló níyì; a kì í dúpẹ́ aláṣekù.*

**910.** **Do not sniff what you will not eat.** Do not start what you will not finish; finish whatever you start. *Nǹkan tí èyàn ò ní í jẹ, kì í fi run imú.*

**911.** **Do not haggle the price of an item you are not buying.** Do not start what you will not finish. *Ohun tí èyàn ò bá ní í rà, kì í yọ owó rẹ̀.*

**912.** **If it (an animal in the forest) is shot, it must be traced out; else it will become infested with maggot (or rotten).** Follow through whatever you start to its logical conclusion; else whatever it is may worsen. *Tí a bá taá, a máa ńtọ̀ọ́ ni, tí a kò bá tọ̀ọ́, á di ẹran tó ní ìdin.*

––––––––––––––––– •◦●◦• –––––––––––––––––

# CHAPTER TEN

# Diligence, Complacency and Excusitis

## DILIGENCE

913. **The diligent seldom falls into disgrace.** Diligence pays. *Asúramú kò tẹ́ bọ̀rọ̀ bọ̀rọ̀.*

914. **A little effort is not enough for a young man.** Be diligent; more than just a little effort is expected from a young man. *Díẹ̀ ọmọ ọkùnrin kò tó.*

915. **Whoever is neither beaten by the rain nor the sun will get beaten by hunger.** Be diligent. *Ẹni tí òjò ò pa, tí òrùn ò pa, ebi ni yóò paá.*

916. **As work runs away little by little, poverty crawls in slow and steady.** As work gets avoided or dodged so is poverty unwittingly gets invited in. *Díẹ̀díẹ̀ ni iṣẹ́ ńsá, kẹ̀rẹ̀kẹ̀rẹ̀ ni ìṣẹ́ ńwọlé.*

917. **Whoever plants stones and calls them yam seedlings will later bite his fingers when others are eating pounded yam.** Decrying indolence; make hay while the sun shines. *Ẹni tó gbin òkúta sínú ebè, tó pè é ni èbù iṣu, ìgbà tí óníyán bá ńjẹ iyán, òun náà yóò máa jẹ ìka.*

918. **One cannot have a farm to tend to and loaf about, and not become an object of ridicule to everyone.** Indolence ultimately dishonours. *A kì í lóko lọ́nà kí a ṣe ìmẹ́lẹ́, tí a bá ṣe ìmẹ́lẹ́, tajá tẹran nií fi'ni ṣe ẹlẹ́yà.*

**919.** **Whoever got away with indolence cannot get away with poverty.**
Be diligent; diligence pays. *Ẹni tó mú iṣẹ́ jẹ, kò lè mú iṣẹ́ jẹ.*

**920.** **Everywhere suits the dove just fine.** Strive to cope with different
situations. *Ibi gbogbo ni í rọ àdàbà lọ́rùn.*

**921.** **How someone performs his or her task is how one will identify
that he or she is lazy.** Be diligent. *Ìdí iṣẹ́ ẹni, la ti ńmú'ni l'ọ́lẹ.*

**922.** **At the end (of the day) a person who chose to work with a blunt
cutlass would understand (the reasons for his low output).** Be
diligent. *Ìgbẹ̀hìn ni í yé olókùú àdá.*

**923.** **The day breaks and the indolent hissed.** Be diligent. *Ilẹ̀ mọ́, ọlẹ
pòṣé.*

**924.** **Sugarcane has no specific place of refuge; every situation suits a
hardworker just fine.** A diligent person seldom have issues to
complain about; diligence pays. *Ìrèké ò ní ibùdó, ibi gbogbo ló gba
alágbára.*

**925.** **Only a lazy person has issues coping, every situation suits a
hardworker, just fine.** Be diligent. *Ọmọ ọlẹ làyè ò lè gbà, ibi
gbogbo ló gba alágbára.*

**926.** **Work never kills anyone; it is poverty that does.** Hardwork pays.
*Iṣẹ́ kì í pa'ni, ìṣẹ́ ló ńpà'nìyàn.*

**927.** **Work is the antidote of poverty.** Dilligence pays. *Iṣẹ́ l'oògùn ìṣẹ́.*

**928.** **An indolent person is preceded by his character, but complains
of not being accepted.** Indolence can be repulsive; be diligent. *Ìwà
ọlẹ ló ńba ọlẹ lẹ́rù, ọlẹ ṣe tán ó ní wọn ò fẹ́ràn òun.*

**929.** **A hunter who kills elephants and buffaloes should not have to
take his meals without any meat.** Hardwork should be well
rewarded. *Kò yẹ kí ọdẹ tó ńpa erin, tó ńpa ẹfọ̀n, jẹ àṣán.*

**930.** **Rain provided a lazy person with water, but did not provide him
firewood.** The indolent person requires far more than ordinary
assistance. *Òjò pọn omi fún ọlẹ, kò ṣẹ́'gi fún un.*

931. **The medicine man has no shame; he announced that one of his parent-in-laws is dying.** Be steadfast and diligent. *Ojú kò ti oníṣègùn, ó ní àna òun ńkú lọ.*

932. **A lazy man defecated and takes it as work.** A lazy man takes simple non-productive tasks as serious work. *Ọ̀lẹ ṣu, ó kàá kún iṣẹ́.*

933. **Income from handling faeces does not smell.** There is dignity in all lawful labour. *Owó igbẹ́ kì í rùn.*

934. **Only an idle hand gets placed on the cheek.** The idle person gets assigned mundane tasks. *Ọwọ́ tó bá dilẹ̀, ni wọn fi í lẹ́rán.*

935. **No one throws away the cane used to drive away poverty from his or her life.** No one toys with the foundation to his or her success. *Pàṣán tí a bá fi lé òṣì lọ, ẹnìkan kì í sọ ọ́ nù.*

936. **Advertising is the catalyst for trading.** Advertising is crucial in sales promotion. *Pípolówó òun làgúnmu òwò.*

---

## COMPLACENCY

937. **A fish that sleeps will get eaten up by another fish.** Do not be complacent; it can be risky. *Tí ẹja bá sùn, ẹja á fi ẹja jẹ.*

938. **The person, who hung his drum on his elbow, had the drum beaten by others, not to mention someone who hung his drum on a tree and played away.** No complacency. *Ẹni tó gbé ìlù rẹ̀ kọ́ apá, ayé ńbáa lù ú, ánbọ̀tórí ẹni tó gbé tirẹ̀ kọ́ igi tó ṣeré lọ.*

939. **Stagnant water is replete with dirt; it is the flowing stream that remains clean.** Avoid complacency; keep moving. *Omi adágún a b'èérí lójú, èyí tó ńlọ tó ńbọ̀ ló ńmọ́.*

**940.** **A youngster who is complacent early in life courts penury.** No complacency; be diligent. *Ọmọdé tó fi àárọ̀ gba kámú, ìṣẹ́ ni yóò pa á.*

**941.** **Whoever is silent about his issues, the issues remain unresolved, as well.** Do not be laid-back or complacent. *Ẹni bá dáké̩, ti ara rẹ̀ á báa dáke̩.*

•••●●●••••

## WORKING SMART

**942.** **One should not fight with a braggart at night (when there would be no witnesses).** Wisdom is crucial; work smart. *A kì í bá ẹlẹ́nu jìjà òru.*

**943.** **Unconscionable (or senseless) 'fighting' is what makes the cutlass blunt.** Walk in wisdom; work smart. *Àjàdijú ló ńpa àdá.*

**944.** **Only an unwise person gets drenched by rain in the city centre (where places of refuge abound).** Wisdom is it; be smart. *Aṣiwèrè èyàn lòjò ìgbòoro ńpa.*

**945.** **Wisdom is better than strength.** Pursue wisdom. *Ọgbọ́n ju agbára lọ.*

**946.** **No one steps on the ground with the surface of an open wound.** Do not worsen an already bad case. *A kì í fi ojú egbò tẹ ilẹ̀.*

**947.** **One should not sell a monkey to buy a dog, simply because monkeys squat.** Wisdom is it; do not throw away a good thing for the flimsiest of reasons. *A kì í tìtorí pé ọbọ ńlóòṣó, kí a wá ta ọbọ kí a fi owó rẹ̀ ra ajá.*

**948.** **Strength devoid of wisdom is the epitome of laziness.** Wisdom is better than strength. *Alágbára má mèrò baba ọ̀lẹ.*

949. **An elephant is beyond an animal that may be ambushed.** A complex task may not be flippantly approached. *Àjànàkú kúrò l'ẹ́ran à ńgọ dè.*

950. **The wind is disturbing the pap seller; the yam flour seller should not be tardy.** Be perceptive and smart. *Atẹ́gùn ńdààmú ológì, kí elélùbọ̀ ma ṣe àfìra.*

951. **The wind that blew into the house, clearing the clothes in the rooms cautions those who wore theirs.** Be perceptive and smart. *Atẹ́gùn tó wọlé tó ńkó aṣọ ní iyàrá, ẹni tó wọ ti ẹ̀ kó má ṣ'àfìra.*

952. **If one is sent on a questionable errand, one should carry it out with wisdom.** Walk in wisdom, always. *Bí a bá rán'ni ní'ṣẹ́ ẹrú, a sì fi jẹ́ tí ọmọ.*

━━━━━━━━━━━━━━━━●•●●•●•━━━━━━━━━━━━━━━━

## KNOWING WHEN TO SAY NO

953. **Not knowing how to decline a task is why the horse perishes in battle.** Learn to say "No"; it is not every offer that one accedes to. *Àìmọṣẹ́ ẹ́ kọ̀, ló ńmú kí ẹṣin kú sí ogun.*

954. **Not knowing how to decline a task is how the wooden stirrer gets dipped into hot water.** Learn to say "No"; it is not every offer that one accedes to. *Àìmọṣẹ́ ẹ́ kọ̀, ló ṣe orogùn, tó fi ki orí bọ omi gbígbóná.*

955. **The (hunting) dog's penchant for not knowing how to say no, is why the hunter gets to send it on life-threatening errands.** Learn to say "No", when necessary. It is not every request that should be acceded to. *Àìmọṣẹ́ ẹ́ kọ̀, ọmọ ajá lọdẹ máa fi ńran án ni'ṣẹ́ ikú.*

━━━━━━━━━━━━━━━━●•●●•●•━━━━━━━━━━━━━━━━

## SITTING ON THE FENCE

**956.** **If you are hearing "carry it, carry it, carry it", and you do not join them to carry the item, it may well be dumped into your backyard.** If you do not participate to change a system, you may well be disadvantaged by the changes made. *Tí èyàn bá ńgbọ́ gbe gbè gbe, tí èyàn kò bá bá wọn gbé e, wọn le gbe nǹkan náà sí ẹ̀hìnkùlé olúwarẹ.*

**957.** **The trees by the river bank are the ones that understand the language of fishes.** Only those closely involved with an issue would know the issue's intricate details. *Igi etí odò, ló ńmọ èdè àwọn ẹja.*

**958.** **How tasty a soup is cannot be known from afar.** You cannot profit from an opportunity without getting involved. *A kì í gbé òkèèrè mọ dídùn ọbẹ̀.*

••●●●●••

## NO ONE IS INDISPENSABLE

**959.** **Only a deluded person will claim there's none like him; his type abounds.** No one is indispensable. *Aṣiwèrè èyàn ló ńsọ pé irú òun kò sí, irú rẹ̀ pọ̀ ju ẹgbàágbèje lọ.*

**960.** **Before one had a child, one must have been playing with someone.** No one is indispensable. *Kí a tó bímọ ẹnikan là ńbá ṣeré.*

**961.** **Before there was maize, hens certainly were eating.** No one is indispensable. *Kí àgbàdo tó dé áyé, adìyẹ ńjẹun.*

**962.** **If one cannot live in Ila town, one should be able to live somewhere else.** Alternative courses of action exist. *Bí Ìlá kò bá ṣe é gbé, a máa gbé làálàá.*

••●●●●••

# EXCUSITIS

**963.** **The bush rat says it loves to pound yam, but its burrow will not contain a mortar.** People provide excuses for what they will rather not do. *Òkété lóun fẹ́ gún iyán; ẹnu ihò òun ni kò gba odó.*

**964.** **The filthy woman hid under her husband's death claiming she has not taken her bath since her husband died.** People may use different reasons, no matter how outrageous, to justify an intended course of action. *Ọ̀bùn rí ikú ọkọ tìrànmọ́, ó ní láti ọjọ́ ti ọkọ òun ti kú, òun ò wẹ̀.*

**965.** **An old woman was asked to back a child and she complained that she has no teeth; was she asked to eat the child?** People may give excuses, however inappropriate, to avoid a responsibility. *Wọ́n ní kí arúgbó pọn 'mọ sí ẹ̀hìn, ó ní òun kò l'éyín; ṣe a ní kó paá jẹ ni?*

**966.** **Asked to come home for his bride, the farmer claimed his corn is due for harvest.** People may give excuses, however inappropriate, to avoid an undesirable course of action. *Wọ́n ní kí àgbẹ̀ wálé wá gbé ìyàwó, ó ní oko àgbàdo òun so.*

**967.** **When asked to somersault, a mad man claimed the ground is hard; who asked him to do it unscathed?** Do not give flimsy excuses; focus on the objectives, not the process. *Wọ́n ní kí wèrè tàkìtì, ó ní ilẹ̀ le; ta ló ní kó ta àtayè.*

# CHAPTER ELEVEN

## Goals, Focus, Risks, and Change

### AIM HIGH

**968.** **Upward is how palm wine foams.** Aim for the top. *Òkè, òkè, l'ẹmu ńru sí.*

**969.** **If the cat climbs unto the attic, it will have a view of both the home and the farm.** Think big and aim high; whoever goes higher up, will see more. *Tí ológìnní bá gun àjà, ojú rẹ á tó ilé, á tó oko.*

**970.** **A used cutlass will not impress a woman.** Aim high; do not settle for less. *Àlòkù àdá kò jọ obìnrin l'ójú.*

**971.** **A kite cannot hover above and the chicken will hang on to an insect.** Do not focus on trifles while danger looms. *Àṣá kì í rà, kí adìyẹ gbé kòkòrò dání.*

**972.** **If one must eat a frog, it at least should be one with eggs.** Aim high; think big. *Bí èyàn bá máa jẹ ọ̀pọ̀lọ́, á jẹ èyí tó lẹ́yin.*

**973.** **All dogs that feed on the excrements of rats do not get filled.** Do not settle for less; think big. *Gbogbo ajá tó bá ńjẹ imí eku, wọn kì í yó.*

**974.** **A shawl that is less than attractive does get tucked under the armpit.** Focus on excellence; go first class. *Ìborùn tí kò bá dára, apá abíyá ló ńgbé.*

**975.** **The maize plant does get fully grown to the awareness of the farmer.** We desire and often observe the achievements of our goals, play out well before our very presence. *Ojú olóko ni àgbàdo ṣe ńgbó.*

**976.** **Once a porter knows where he is going (with the luggage carried) his neck will not be strained.** Clearly defined goals make their achievement less stressful. *Tí aláàrù bá ti mọ ibi tó ńlọ, ọrùn ò ní wọọ́.*

**977.** **One cannot be certain of one's destination and still be weighed down by the load carried.** Define your goals clearly; their achievement will be less stressful. *A kì í mọ ibi tí à ńlọ, kí ọrùn ó wọ'ni.*

••●●●••

## FOCUS AND DISTRACTIONS

**978.** **One cannot be engaged in two trades (simultaneously) and one will not suffer neglect.** Be single-focused. *A kì í ṣe òwò méjì, kí ẹran má jẹ ọkan.*

**979.** **Whoever chases two rats (simultaneously), will catch none.** Be single-focused; do not spread yourself too thin. *Ẹni bá lé eku méjì, á p'òfo.*

**980.** **Do not carry out your duties using someone else's time piece.** Do not compare yourself with anyone. *A kì í wo ago aláago ṣiṣẹ́.*

**981.** **The needle will go through before the path is blocked for the thread.** Be focused; the more pointed the focus is, the more easily secured the result will be. *Abẹ́rẹ́ á lọ, kí ọnà okùn tó dí.*

**982.** **If one does not urinate on a single spot, the urine will not foam.** Be focused; do not spread yourself thin. *Bí èyàn ò bá tọ sójú kan, kì í hó.*

**983.** **One should focus on the person one is trading with, not on the noise in the market.** Be focused. *Ẹni tí a ńbá ná ọjà la ńwò, a kì í wo ariwo ọjà.*

**984.**   **Whoever desires to eat bush meat should not keep away from the hunter.** Identify and be close to the source of your desires. *Ẹni tí yóò jẹ ẹran, ìgbẹ́ kì í jìnnà sí ọlọ́dẹ.*

**985.**   **Whoever keeps looking back while running will certainly stumble.** Stay focused. *Ẹni tó ńsáré tó ńwo ẹ̀hìn, ó di dandan, kó fi ẹsẹ̀ kọ.*

**986.**   **A youngster who pauses to drink water while pounding yam should be prepared to eat a lumpy pounded yam.** Be focused and steadfast. *Ọmọ tó bá ńmu omi nígbà tó ńgún iyán, ó ṣetán à ti jẹ iyán oníkókó.*

**987.**   **No matter how tiny a bird is, its attention will be riveted on building its home.** Focus on tangibles not trivialities. *Bí ẹyẹ oko ò mọ bíntín lọ, eré e kó kọ́lé ló máa máa bá kiri.*

**988.**   **The sweetness of meat is felt only within the cheeks; it does not get to the stomach.** Do not focus on trivialities. *Ẹ̀rẹ̀kẹ́ lẹran dùn mọ, kò dé inú.*

**989.**   **A cutlass has only one (sharpened) side with which it produces food; whichever cutlass has two sharpened sides has become a sword, which spills blood.** Be single-focused. *Ojú kan làdá ńní, tó fi ńro oko àrojì, èyí tó bá lójú méjì, ti di idà, ẹ̀jẹ̀ ló sì ńmu.*

**990.**   **Whoever is being watched does not join in the watching.** Be focused; do not be distracted. *Ẹni tí a ńwò, kì í wò 'ran.*

**991.**   **The mouth is a pawn-servant; it can be sent to wherever the owner pleases.** Be focused on your objectives, not on what people say. *Ìwọfà lẹnu; ibi tó bá wu ẹlẹ́nu ló lè rán an lọ.*

**992.**   **It is not all the dogs that bark at one at the marketplace that one responds to.** Be focused; it is not all issues that should command one's attention. *Kì í ṣe gbogbo ajá tó bá gbó 'ni lọ́jà, la ńdá lóhùn.*

**993.**   **Palm fronds do not consult one another in advance, before sprouting.** Be focused. *Màrìwò kì í wí fún ara wọn tẹ́lẹ̀, tí wọn fi ńyọ.*

**994.** **One ought to focus on whatever takes one to the battlefield.** Avoid distractions. *Ohun tí èyàn bá bá lọ sí ogun, lèyàn ńkọ'jú mọ́.*

**995.** **A kite cannot hit the ground without picking up something.** Be focused on your goals. *Àṣá kò lè balẹ̀, kó máà gbé nǹkànkan.*

**996.** **He, who eavesdrops, saddens himself.** Be focused and forward-looking. *Agbọ́rọ̀ ìkọ̀kọ̀ ló ńba ara rẹ̀ nínú jẹ́.*

**997.** **A well-fed dog does not play with one that is hungry.** Those satisfied have different priorities from those in need. *Ajá tó yó, kì í bá èyi tí kò yó ṣeré.*

—————————••●●●●••—————————

## DON'T MEDDLE

**998.** **No other animal is as stupid as the horse; it left its offspring unattended and carried those of others around.** Be mindful of your affairs. *Ẹranko tó ya wèrè bí ẹṣin ò wọ́pọ̀; ẹṣin fi ọmọ rẹ̀ sílẹ̀ ó ńgbé ọmọ ọlọmọ kiri.*

**999.** **A bird does not tell another that a missile is coming (towards them).** Be mindful of your own affairs. *Ẹyẹ kì í sọ fún ẹyẹ, pé òkò ńbọ.*

**1000.** **The pidgeon covered up its shame and derides the hen.** Mind your business. *Ẹyẹlé fi ẹ̀sín rẹ pamọ́, ó ńṣe ẹlẹ́yà adìyẹ.*

**1001.** **No one is preoccupied saving someone else's head, while the hawk carries his or her own.** Do not meddle; focus on your own affairs. *A kì í dun orí olórí kí àwòdì wá gbé t'ẹni lọ.*

**1002.** **A guard should attend to what he or she has been asked to guard.** Mind your business. *Ohun tí a bá fi ẹlẹ́mọ̀sọ́ sọ́, òun ló ńsọ́.*

**1003.** **A person eating yam is said to be have soiled his mouth; who owns the yam and the mouth?** Do not meddle in the affairs of others; give others their space. *Onísu ńjẹ isu rẹ̀, wọ́n ló ṣe ẹnu yán an yàn an; àti isu àti ẹnu, ta ló ni wọ́n?*

**1004.** **The eyes blink only on matters that concern it.** Do not meddle; mind your affairs. *Ọ̀rọ̀ tó bá kan ojú, lojú ma ńṣẹ́ sí.*

**1005.** **Ijaye town's palmwine tapper, unmindful of his affairs, claimed Agboroode town had been captured by war.** Be focused; do not meddle in the affairs of others. *Akọ̀pẹ Ìjàyè ò gbọ́ tirẹ̀, ó lógun kó Agboroode.*

**1006.** **Those with no issue to attend to are the ones who meddle in others' matters.** Do not meddle or intrude; respect other people's privacy. *Ẹni tí kò rí nǹkan wò, ló ńwo ti ẹnielẹni.*

**1007.** **Falana (name of a hypothetical fellow), attend to your affairs; one ought to attend to one's issues.** Do not meddle. *Fálànà, gbọ́ tì ẹ; ti ara ẹni là ńgbọ́.*

———————•••●●●••———————

## AGE IS NO BARRIER

**1008.** **One's yam plant cannot refuse to grow well, simply because one is young.** Age is no barrier to success. *Isu ẹni kì í fi'ni í pe ọmọdé, kó má ta.*

**1009.** **One is never too old to learn what one does not know.** There is no end to learning. *A kì í dàgbà fún ohun tí a kò bá mọ̀.*

———————•••●●●••———————

## SETTING RIGHT PRIORITIES

**1010.** **Leprosy should not be left unattended while one treats ringworm.** Priority should be placed on the most crucial matters, first. *A kì í fi ẹ̀tẹ́ sílẹ̀ pa làpálàpá.*

**1011.** **There is always an appropriate response to every statement, but it is not every statement that one responds to.** Be focused and prioritise; not all issues deserve attention. *Gbogbo ọrọ ló lésì, ṣùgbọ́n kì í ṣe gbogbo ọrọ̀ làá fèsì sí.*

**1012.** **We ought to first chase away the fox before reverting to the hen.** The most crucial issue is addressed first before the less crucial ones. *A máa kọ́kọ́ lé akátá lọ ná, kí a tó padà wá bá adìyẹ.*

**1013.** **Once hunger enters a stomach no other issue will be permitted entry.** Some issues take precedence once they occur; priority must be given to them. *Ebi kì í wọ inú, kí ọrọ̀ mí ì wọọ́.*

**1014.** **Is adorning the ears or covering the body the crucial issue for a person who entered the market stark naked and began to price earrings?** Do not misplace your priorities. *Èèyàn tó wọ ọjà níhòhò tó wá ńná yẹtí; ṣé ìbotí lọrọ̀ ẹ kàn ni tàbí ìbòdí?*

**1015.** **Whether or not a new-born baby will die or live, his mother should at least first be congratulated.** Some things take priority over others. *Ọmọ máa kú, ọmọ máa yè ni, àá sì kí ìyá a rẹ̀ kú ewu ọmọ ná.*

**1016.** **Do not splash water on me is not an acceptable complaint at the river.** Avoid compromising situations. *Má ta omi sí'mi lára, kò dé odò.*

**1017.** **If we gather to attend to a sick person, the way we gather during his burial, he will not have died.** If an issue is giving the right priority, it will not fester. *Ìpé tí a ńpé sìnkú, tí a bá pé wo alàisàn bẹ̀ẹ́ ni, kò ní kú.*

**1018.** **The rat claimed it is not as offended with the person that killed it as the one that slammed it on the ground.** Misplaced or misunderstood priorities can be risky. *Èkúté ilé ní t'ẹni tó pa òun, kò dun òun tó t'ẹni tó gbé oun ṣánlẹ̀.*

# RESULT-ORIENTATION

**1019.** **If one obtains honour while on a quest for wealth, one should cease the quest, as the wealth ultimately will be used to procure honour.** Be goal-oriented rather than be focused on activities. *Tí a bá ńwá owó lọ, tí a bá pàdé iyì lọ́nà, ńṣe ló yẹ ká padà, nítorí tí a bá rí owó ọhún tán, iyì làá fi rà.*

**1020.** **If one throws a stone at an orange (on a tree), one should either see the fallen orange or the stone thrown.** Efforts expended should be accompanied with some results. *Tí a bá sọ òkò sí ọsàn, tí a kò bá rí ọsàn, ó yẹ kí a lè rí òkò.*

**1021.** **The farmer whose cocoa plants thrive is the one deemed successful.** Results matter, focus on it. *Àgbẹ̀ tí kòkó ẹẹ́ yè, layé ló mọ̀ọ́ ṣe.*

**1022.** **The person who throws mere stones at an antelope is also making efforts at preparing stew.** Consider efforts rather than focus on results only, sometimes. *Èyàn tó ju òkò lu àgbọnrín, aájò ọbẹ̀ ló ńṣe.*

**1023.** **The foolish person buys matches but the smart person is the one that strikes them.** Focus on key results not activities. *Ẹni tó gọ̀ ló ńra iṣáná, ẹni tó gbọ́n ló ńṣáa.*

**1024.** **The beauty of a woman's head-tie lies not just in knowing how to tie it, but in how well it fits when tied.** Results not activities count. *Gèlè ò dùn bí i ká mọ̀ọ́ wé, ká mọ̀ọ́ wé, kò dà bí i kó yẹ'ni.*

**1025.** **Give the child to the breast or give the breast to the child, as long as the child gets to suck the breast milk.** Substance over form; results not activities count. *Gbé ọmọ fún ọyàn, gbé ọyàn fún ọmọ, a ni kí ọmọ ṣàá ti mu ọyàn.*

**1026.** **To wrap a cloth round the waist or wrap the waist round a cloth; what is crucial is to simply ensure the waist is not naked.** Focus on goals rather than methods; methods are not as crucial as achieving the set goals. *Ká lọ aṣọ mọ́ ìdí, ká lọ́ ìdí mọ́ aṣọ, kí ìdí ṣàá má ti gbófo.*

**1027.** **If a plate in one's right hand falls unto one's left hand, it is still in one's hand, nonetheless.** Results not activities count. *Kí a mú igbá sí ọwọ́ ọtún, kó bọ́ sí ọwọ́ òsì, ọwọ́ náà ló ṣì wà.*

**1028.** **If kolanut sprouts up, where it is to be planted, one should simply tend to it.** Be result-oriented rather than focus unduly on activities and processes. *Ibi tí a fẹ́ gbin obì sí, tí obì wá lalẹ̀ hù sí, ká máa tún ìdí ẹ̀ ṣe ló kù.*

**1029.** **A fox that is sleeping will not get to eat a cock's comb.** Effort must precede result. *Kọlọkọlọ̀ tó bá ńsùn, kò lè rí ogbe àkùkọ jájẹ.*

**1030.** **A man finds a snake and a woman kills it; once the snake is dead that settles it.** Focus on results rather than the processes. *Ọkùnrin rí ejò obìnrin paá, bí ejò bá ti kú, ọ̀ràn bùṣe.*

**1031.** **Working long hours on the farm is not what is crucial, but what was done with the time.** Substance over form; results are more important than activities. *Pípẹ́ lóko kọ́ ló níyì, bíkòṣe ohun táa gbé oko ṣe.*

---

## MAKE NO COMPARISONS

**1032.** **A bird that compares itself to vultures will end up at the fireplace.** Do not unduly compare yourself to others, you do not know their stories. *Ẹyẹ tó fi ara rẹ̀ wé igún, ẹhìn ààrò ni í sùn.*

**1033.** **We compare like with like; groundnut pod looks like the coffin of the tiny mouse.** Compare like with like. *Ohun tó jọ'hun la fi ńwé'hun; èèpo ẹpà jọ pósí èlírí.*

**1034.** **Do not carry out your duties using someone else's time piece.** Do not compare yourself with anyone. *A kì í wo ago aláago ṣiṣẹ́.*

# TAKING RISKS

**1035.** **If a leopard does not act mighty, it is looked at as a cat.** Do not self-deprecate; think big. *Bí ẹkùn ò bá fẹ̀, èse là ńpèé.*

**1036.** **If the dog beholds the face of the leopard it will remain quiet.** Pursue peace through strength. *Bí ajá r'ójú ẹkùn á parọ́rọ́.*

**1037.** **No one eats corn while a partridge is within his vicinity.** Do not expose your assets to needless risks. *A kì í fi ọmọ àparò sí abẹ́ jẹ ọkà.*

**1038.** **No one takes a lamp to see a leopard's face.** Avoid high risk activities. *A kì í gbé iná wo ojú ẹkùn.*

**1039.** **One cannot remain in one's home and strain one's neck.** You cannot suffer from the consequence of a risk you are not exposed to. *A kì í gbé inú ilé ẹni fi ọrùn rọ́.*

**1040.** **Groundnuts ought not to be planted on the ground squirrel's farm (since squirrels eat them).** Do not expose your assets to obvious risks. *A kì í gbin ẹ̀pà sí oko ikún.*

**1041.** **One cannot eat banana and end up with swollen cheeks.** A harmless action should not ordinarily result in complications. *A kì í jẹ ọ̀gẹ̀dẹ̀ kó wú'ni lẹ́rẹ̀kẹ̀.*

**1042.** **One cannot chase the mouse in one's house and dislocate one's arm.** Activities under one's control should not expose one to high risks. *A kì í lé èkúté ilé ẹni kí a fi apá rọ́.*

**1043.** **No one dresses his wounds by himself and weep.** No one exposes himself to intolerable risks. *A kì í mọ́ egbò fún ara ẹni, kí a sun'kún.*

**1044.** **No one backs a child who is so grown that his legs will pop out.** Avoid taking steps, albeit positive, that will result in negative consequences. *A kì í pọn ọmọ ti yóò yọ ẹsẹ̀ sí'lẹ̀.*

**1045.** **No one who is running away from death hides himself in the sheath of a sword.** Choose right; do not run from low risks to higher ones. *A kì í sá fún ikú, kí a wá bọ sí àkọ̀ idà.*

**1046. Stones should not be thrown at a bird that wants to fly away.** Do not pre-empt or worsen an already deplorable situation. *A kì í sọ òkò sí ẹyẹ tó ńwá ọnà làti fò.*

**1047. The fox cannot be pacing around, in the presence of the leopard.** Be conscious of risky scenarios. *A kì í wo ẹkùn lórí ìjókòó, kí kọlọkọlọ máa rìn kiri.*

**1048. The hen saw a snuff seller and kept its feathers to itself.** Take a protective posture in the face of high risks. *Adìyẹ rí alásàà, ó pa ìyẹ́ ẹ rẹ̀ mọ́.*

**1049. The flood has no qualm pulling down the house; it is up to the occupants not to allow it.** Always consider and take precautionary measures. *Àgbàrá òjò kò kọ̀ kí ilé wó, onílé ni kò ní gbà fun.*

**1050. With the absence of the leopard, the dog barks.** Without material risks, anyone can operate; however it is wise to avoid intolerable risks. *Àìsí ńlé ẹkùn, ajá ńgbó.*

**1051. In the absence of the cat, the house becomes that of the rat.** Without material risks, anyone can operate; however it is wise to avoid intolerable risks. *Àìsí ńlé ológbò, ilé di ilé èkúté.*

**1052. A person dressed in white ought not to sit at the stall of a palm oil seller.** Do not get exposed to unmitigated risks. *Aláṣọ àlà kì í jókòó sí'sọ̀ elépo.*

**1053. A person with only one item of clothing should not play in the rain.** Do not expose yourself to unmitigated risks. *Aláṣọ kan kì í ṣeré òjò.*

**1054. It cannot be too late (in the night) for snakes to move around, it is the rats that maybe at risk.** Be smart to appreciate your exposure to risks. *Alẹ́ kì í lẹ́ kí ọmọ ejó má rìn, ti ọmọ eku ló léwu.*

**1055. Only the bald-headed person despises the blade.** Be careful to know the risks you are exposed to. *Apárí ní ńfojú di abẹ.*

1056. **Those avoiding the king are not cowards; those discourteous to the crown gets killed.** Wisdom is it; be careful in handling unmitigated risks. *Arọbasá kì í ṣe ojo, arọbafín l'ọba ńpa.*

1057. **A make-shift awning that despises the wind will certainly collapse.** Be wise to know your exposure to risks. *Àtíbàbà tó bá fi ojú di atẹ̀gùn, a ṣubú ni.*

1058. **If Durogbade (name of a person implying he is an heir to a throne) who is digging a snake's burrow (and placing himself at risk), will not allow himself (by his risky actions) to be crowned king, someone else will.** Be cautious of choices with intolerably high risks. *Dúrógbadé tí ńdẹ isà ejò, bí kò dúró gba adé, ọmọ mí ì yóò gbà á.*

1059. **If a dog tick is stuck to the testicles of a leopard, it is not a dog that will remove it.** Be cautious of intolerable level of risks. *Bí eégbọn bá dì mó epọ̀n ekùn, kì í ṣe ajá ni yóò já a.*

1060. **The leopard cannot march around and the dog will do, as well.** Avoid intolerably high risks. *Ẹkùn kì í yan, kí ajá tún yan.*

1061. **Whoever steps on the tail of the cobra, will see its fight.** Avoid intolerably high risks. *Ẹni bá tẹ ọká ní ìrù, á rí ìjà ọká.*

1062. **Anyone, whose head has been used to break coconut cannot partake in eating it.** High risk scenarios can be debilitating; be cautious. *Ẹni tí a fi orí rẹ̀ fọ́ àgbọn, kò ní dúró jẹ ẹ́.*

1063. **Whoever loves life will not be climbing the coconut palm.** Be cautious with high risks. *Ẹni tó bá mọ ayé é jẹ, kì í gun igi àgbọn.*

1064. **Whoever dipped his hand into a crab's burrow would be blamed.** Avoid intolerably high risks. *Ẹni tó bá ti ọwọ́ bọ ihò akàn, yó jẹbi.*

1065. **Whoever is pursuing something ahead is actually leaving some other things behind.** There's always a price tag; be mindful of your costs. *Ẹni tó ńlé nǹkan níwájú, ńfi àwọn nǹkan míràn sí ẹhìn.*

**1066. The general fear of snakes will not let anyone dare trample on even a baby snake.** High risks or unduly risky situations are better avoided. *Ìbẹ̀rù ejò, kì í jẹ́ ká tẹ ọmọ ejò mọ́lẹ̀.*

**1067. Wherever a fox lies is out of bound to hens.** Be wise and circumspect. *Ibi tí akátá bá ba sí, adìyẹ ò gbọ́dọ̀ dé ibẹ̀.*

**1068. The prostrating position of the snake does nothing to the ground.** A low-impact or zero-impact scenario presents no challenge. *Ìdọ̀bálẹ̀ ejò, kì í ṣe ilẹ̀ ní nǹkànkan.*

**1069. To live with a rich man who is stingy is better than living with a poor man who defrauds one.** Focus on risk reduction. *Kí a bá olówó gbé kó máà fi owó mọ'ni, ó sàn ju kí á bá òtòṣì gbé kó máa kó ni l'ádìyẹ tà lọ.*

**1070. If the eyes will not see evil, the legs (moving away) are the antidote.** Quickly keep a distance from intolerable risks. *Kí ojú má rí ibi, ẹsẹ̀ loògùn rẹ̀.*

**1071. A butterfly that collides with thorns will be torn to shreds.** Be cautious of activities that come with intolerable risks. *Labalábá tó ba d'ìgbò lu ẹ̀gún, aṣo rẹ̀ á fàya.*

**1072. Only in the absence of the cat can the mouse indulge in fashion.** It is easy to find comfort in a low risk scenario. *Nígbàtí ológbò kò sí ní ilé, l'èkúté ńṣoge.*

**1073. A thief does not steal whatever he has been given to keep.** The best way to keep something is to put it in the care of the source of its highest risk. *Ohun tí a bá fún olè pamọ́, olé kì í jí i.*

**1074. The sharpened side of a blade cannot be licked.** Do not toy with a high risk situation. *Ojú abẹ kò ṣeé pọ́nlá.*

**1075. The mouse dare not march around in the presence of the cat.** Avoid intolerably risky situation. *Ojú ológbò, lèkúté ò gbọ́dọ̀ yan.*

**1076. A person with a single live coal should not be walking by the river bank.** Be cautious; avoid intolerable risks. *Ológùǹná kan, kì í rìn létí odò.*

1077.  **A chick that shows no concerns for the kite will be picked up in broad daylight.** Carefully assess risks and act accordingly. *Òròmọadìyẹ tó lóun ò fi tàṣá ṣe, ọsán gangan làṣá yóò gbe.*

1078.  **The pineapple is quite sweet, but it is replete with thorns.** Success is often accompanied with risks. *Ọpẹ̀ òyìnbó fi dídùn ṣe ẹwà, ṣùgbọ́n, ewu tó wà lára rẹ̀ ó lé ni irínwó.*

1079.  **Under the cover of darkness, a leper will easily walk and march around.** Everyone feels comfortable when not in a vulnerable position. *Tí alẹ́ bá lẹ́, adẹtẹ̀ á rìn, á yan.*

1080.  **A leg was dipped into the river and the crocodile snapped at it; what would happen, if the two legs had been dipped?** To be forewarned is to be forearmed; if we pay due attention to a rather minor warning, we may well forestall a high risk incidence. *A ki ẹsẹ̀ kan bọ odò, ọnì fàá, tí a bá fi ẹsẹ̀ méjèjì sí odò kí la mọ̀ pó fẹ́ ṣẹ 'lẹ̀?*

1081.  **No one goes to sleep with the roof of his house on fire.** Do not treat a serious issue with levity. *A kì í fi iná sí orí òrùlé sùn.*

1082.  **A gun is not to be handled carelessly.** A serious issue should not be treated with levity. *A kì í fi ọwọ́ tẹtẹrẹ mú ìbọn.*

1083.  **The potsherd always precedes the person carrying live coals with it.** Serious issues must be given serious attention. *Àpáàdì ni ńṣiwájú ọfọnná.*

1084.  **If one steps on a marshy place with closed eyes, one will soil one's clothes.** Handle issues with caution; carelessness could lead to bungled outcome. *Bí a bá dijú tẹ àbàtà mọ́lẹ̀, yóò bá 'ni láṣọ jẹ́.*

1085.  **Only those who are drying maize (out in the open) pray against the falling of the rain.** Those affected would want to take precautions. *Ẹni bá sá àgbàdo, ló ńgbàdúrà kí òjò mà rọ̀.*

1086.  **Whoever has done abominable act is the one who minds his backyard for flammable objects.** The guilty are uncomfortable. *Ẹní bá ṣe nǹkan ìtùfù, ni í kíyèsí ẹhìnkùlé rẹẹ̀.*

**1087. Whoever slept in hunger, would be woken by hunger, as well.** A serious issue cannot be wished away, it must be resolved. *Ẹni tí ebi bá pa sùn, ebi náà ni yóò ji.*

**1088. Sieves leak water through all of their holes.** Be vigilant. *Gbogbo ara lasẹ́ fi ńjo omi.*

**1089. The beginning of a war is what anyone knows; no one can be certain of how it will end.** Be cautious of radical steps; one may only be sure of the beginning of any issue; no one can predict how the issue will end. *Ibẹ̀rẹ̀ ogun la ńmọ, ẹni kan kì í mọ ìparí i rẹ̀.*

**1090. A person lying down can no longer fall; those still standing are the ones who need to be cautious.** The higher one rises in life, the more cautious one needs to be. *Ìṣubú ò sí fún ẹni tó dùbúlẹ̀, ẹni tó dúró ni kó máa ṣọra.*

**1091. The creeping plant entangled round anyone's neck is not to be removed with a cutlass.** A delicate matter needs to be carefully handled. *Ìtàkùn tó so kọ́'ni lọ́rùn, kì í ṣe ohun tí à ńfi àdá yọ.*

**1092. Words are not comely in the mouth of a thief who claimed his hen has been stolen.** Those in glass houses should not be throwing stones. *Kò sí ọrọ̀ lẹ́nu ọmọ olè, tó ní wọ́n gbé adìyẹ òun.*

**1093. What troubles the goat will soon enough trouble the sheep.** To be forewarned is to be forearmed. *Nǹkan tó ńṣe ìyá ewúrẹ́, ó ńbọ̀ wá ṣe ìyá àgùtàn.*

**1094. You hastened to buy a hen you saw in the market; had it been very productive in laying eggs, would the owner have sold it?** Be cautious to exploit what seems too good to be true. *O rí àgbébọ̀ adìyẹ lọ́jà, o sáré sí i; ì bá jẹ́ pé ó ńyé ogún, tó ńpa ogún, ṣé aládìyẹ yóò tàá?*

**1095. Whatever makes a person blind is what points out the way to the person.** Often right inside of a problem is the seed of the solution to the problem. *Ohun tó fọ́'ni lojú, ni í júwe ọ̀ná fún'ni.*

1096. **One should not allow what removed one's teeth to further make one blind.** Walk in wisdom; once beaten, twice shy. *Ohun tó ká'ni léyín, a kò gbọdọ̀ gbà kó fọ́'ni lójú.*

1097. **The cloud rumbles and the water-leaf seller packs up, what should the yam-flour seller do?** Reactions should be commensurate. *Òjò ǹkù onígbúre ǹpalẹ̀mọ́, kí ni kí elélùbọ́ ṣe?*

1098. **The eyes know very well what (size of) food will satisfy the stomach.** Status of things can be easily identified by careful inspection. *Ojú ló mọ ohun tó yó inú.*

1099. **God will apprehend the thief (eventually), but the owner (of the stolen clothes) will experience cold.** There is always a cost for wicked actions; even if justice is served, the victim will still bear some costs. *Ọlọ́run á mú olè, ṣùgbọ́n òtútù á pa aláṣọ.*

1100. **Inordinate worries of Olaifa about his children eventually led to his death; as soon as he died, the children were busy enjoying themselves.** Care for others, but do not forget to live your life, as well. *Ọmọ mi, ọmọ mi, tí í pa Ọláifá; Ọláifá kú tán, àwọn ọmọ rẹ̀ ńṣe fàájì kiri.*

1101. **The same paws with which the leopard plays with its cubs are the same ones it uses to claw marks on them.** If care is not taken, a source of pleasure could become one of pain. *Ọwọ́ tí ẹkùn fi ńbá ọmọ rẹ̀ ṣeré, ló fi ńkọ ilà fún un.*

1102. **Whatever hands a child stretches are with what he or she is carried.** However a help is requested is how the assistance is rendered. *Ọwọ́ tí ọmọ bá nà, la fi ńgbé e.*

1103. **Harmattan will reprove the person who wears a skirt; hunger will reprove the indolent.** Every action comes with one or more consequences. *Ọ̀yẹ́ ló máa kìlọ̀ fún onítòbí; ebi ló máa kìlọ̀ fún ọlẹ.*

1104. **The viper condones no insolence.** Some situations require urgent and immediate attention. *Paramọ́lẹ̀ kọ àfojúdi.*

**1105.** **A patridge very well sees with both its eyes and its feathers.** Be extra-vigilant. *Tojú tìyẹ́, l'àparò fi ńríran.*

**1106.** **Whoever had once been bitten by a snake would flee at the sight of an earthworm.** Once beaten, twice shy. *Ẹni ejò bá ti bùjẹ rí, bó bá rí ekòló, yóò họ.*

**1107.** **A mouse that carelessly rushed into its burrow would carelessly rush out, as well.** Carefully and patiently handle issues; what is handled carelessly often gets bungled. *Eku tó bá fi jùà jùà wọ isà, jùà jùà náà ló máa bá jáde.*

**1108.** **There is danger at Longe's farm, Longe himself represents danger.** Be cautious. *Ewu ńbẹ l'óko Lóńgẹ́, Lóńgẹ́ pàápàá ewu ni.*

**1109.** **Whoever climbs to the top of a ladder, ought to tread gently.** Those at the top must tread with caution; easier to achieve success, but it is tough to sustain it. *Ẹní bá gun àkàbà dé òkè, máa ńṣe pẹ̀lẹ́ ni.*

**1110.** **One cannot put on a cap with a snake in it, and be at peace.** Crucial issues must be promptly addressed. *A kì í dé ejò mọ́ fìlà, kí a jayé ire.*

---••●●●••---

# PAY THE PRICE

**1111.** **Whoever desires wealth will be inconvenienced; wealth resides right inside of 'filth'.** No pain, no gain. *Ẹni máa fi ara yí ọlá, onítọhún á fi ara yí ẹ̀gbin, nítorí inú ẹ̀gbin lọlá ńgbé.*

**1112.** **Whoever is scared of falling will find it difficult to rise.** Nothing ventured, nothing gained. *Ẹni tó ńbẹ̀rù àti ṣubú, àti dìde á nira fún un.*

**1113.** **Whoever is unwilling to suffer loss cannot experience gain.** Nothing ventured, nothing gained. *Ẹni tí kò bá fẹ́ ṣe àṣedànù, kò lè ṣe àṣejèrè.*

1114. **The base of the pot that will consume pepper will be hot.** No pains, no gains. *Ìkòkò tó máa jẹ ata, ìdí rẹ̀ á gbóná.*

1115. **The foundation of wealth can be revolting.** Be ready to be inconvenienced in order to rise. *Ìsàlẹ̀ ọrọ̀ l'ẹ̀ẹ̀gbin.*

1116. **One's vocation is what throws one away like a missile.** Be ready to be inconvenienced in order to rise. *Iṣẹ́ ajé ló ńsọ ọmọ nù bí òkò.*

1117. **Before a pot of soup can 'speak out', it is base will be hot.** There is always a price tag for success; no pain, no gain. *Kí ìkòkò ọbẹ̀ tó lè sọrọ̀ síta, ìdí rẹ̀ á gbóná.*

1118. **A pair of eyes that will not endure the fiery flames of fire and the searing glare of the sun, cannot enjoy the glittering (beauty) of brass.** No pain, no gain; no guts, no glory. *Ojú tí kò rí yànná yànná iná, yẹ̀rẹ̀ yẹ̀rẹ̀ oòrùn, kì í rí yìndìn yindin idẹ.*

1119. **You neither cut an oil palm, nor punctured a raffia palm, yet you opened up your mouth under a palm for wine; does the palm drip freely?** No free lunch; nothing ventured, nothing gained. *Oò ṣá igi lọgbẹ́, oò ta ògùrọ̀ lọfà, o dé ìdí ọpẹ, o ńgbẹnu s'ókè, ṣé ọfẹ́ ló máa ńro ni?*

1120. **A squirrel that wants to climb the plantain tree must have sharp claw nails.** Nothing good comes easy; lofty goals must be prepared for. *Ọ̀kẹ́rẹ́ tí yóò gun igi ọgẹ̀dẹ̀, èékánná rẹ̀ yóò mú ṣáṣá.*

1121. **Many want to make a mark without effort, yet without effort, no marks can be made.** Nothing ventured, nothing gained. *Ọ̀pọ̀ ló fẹ́ láàpa láì lápá, bí èèyàn ò sì lápá, kò leè láàpa.*

1122. **If the frying pan is not heated up, the corns cannot pop.** No pain, no gain; no sweat, no sweet. Be willing to pay the price. *Tí agbada ò bá gbóná, àgbàdo ò lè ta.*

1123. **To enter one house, one invariably has to turn one's back on another.** There's a price tag to everything; you cannot have your cake and eat it. *Bí èyàn yóò bá wọlé kan, yóò kọ ẹ̀hìn si òmíràn.*

**1124. Whoever wants to catch a monkey will have to act like one.** Be willing to pay the price for your goals. *Ẹni má a mú ọbọ, á ṣe bí ọbọ.*

**1125. Whoever wants to eat his meals, most assuredly, must lock his door firmly.** Be perceptive and strong; nothing good comes easy. *Ẹní máa jẹun gbọin gbọin, á ti ilẹ̀kùn gbọin gbọin.*

**1126. Anyone who knows how to eat any fruit should know how to remove its seeds.** Be prepared to pay the price. *Ẹni mọ ìṣín jẹ, á mọ oró inú rẹ̀ ńyan.*

**1127. Whoever cannot endure a cup-filled deprivation cannot enjoy a pot-filled wealth.** Dreams have costs; be willing to pay them. *Ẹni tí kò bá lè jìyà tó kún ahá, kò lè gbádùn ọrọ̀ tó kún inú àmù.*

**1128. Anyone who is unwilling to be a porter in a local market cannot rise to become a wealthy merchant in a major market.** Be willing to start small; no pain, no gain. *Ẹni tí kò bá lè ṣe bí aláàárù l'Óyìngbò, kò lè ṣe bí Adégbọrọ̀ l'Ọ́jà Ọba.*

**1129. Whoever wants to jump must crouch.** There is always a price tag. *Ẹni tí yóò fò, yóò bẹ̀rẹ̀.*

**1130. A palm nut that wants to become palm oil will have a taste of fire.** Success comes with a price tag. *Ẹyìn tí yóò di epo, yóò tọ́ iná wò.*

**1131. Whoever insists he is unwilling to die, should not be striving to be honoured with his lineage's chieftaincy title.** There is always a price tag; be willing to pay it. *Mi ò lè wá kú, kì í dun oyè ilé bàbá a rẹ̀.*

**1132. A child who would grow tall would have slim legs.** There is always a price tag. *Ọmọ tó máa ga, ẹsẹ̀ ẹ rẹ̀ á tínrín.*

**1133. Honour is purchased dearly, filth cheaply, and indolence at any price.** The value of something dictates its price. *Ọ̀wọ́n là ńra ògo, ọ̀pọ̀ là ńra ọbùn, iyekíye là ńra ìmẹ́lẹ́.*

**1134. That one prostrates to a dwarf, will not stop one from attaining full height when one stands up.** To succeed, be prepared to be inconvenienced. *Tí a bá dọ̀bálẹ̀ fún aràrá, kò ní kí a má ga tí a bá dìde.*

1135. **A piece of gold that wants to shine must pass through fire.** There's always a price tag to achieving any goal. *Wúrà tó máa dán, á la iná kọjá.*

1136. **The striped frog insists that it will rather lose its paws than not be tasty in the soup.** Be determined to pay the price. *Àkèré ní kàkà kí òun má dùn lọbẹ̀, tapá titan òun ni kó run sí i.*

## CHANGE IS CERTAIN

1137. **The hearth does not get hot, without becoming cold eventually.** Change is constant; whatever is hot today will one day become cold. *Ààrò kì í gbóná kó máà tutù.*

1138. **The rag, now seen as an object of filth, was once a trendy clothe.** Change is inevitable; expect and prepare for it. *Àkísà ti lògbà rí, kó tó di aṣọ ẹlẹ́gbin.*

1139. **Two hundred needles cannot stop a piece of rag headed for the refuse dump.** Absolutely nothing can stop someone poised in a direction. *Àkísà tó bá ti dá gbére ààtàn, igba abẹ́rẹ́ kò lè dáa dúró.*

1140. **Those pair of shoes on the refuse dump was once worn to a wedding.** A season goes, another comes; nothing lasts forever. *Bàtà orí àkìtàn náà, re òde ìyàwò rí.*

1141. **No matter how long, the palmwine tapper will come down (from the palm tree) eventually.** Nothing lasts forever; expect and prepare for changes. *Bó pẹ́ bó yá, akọpẹ yóò wá'lẹ̀.*

1142. **One season goes another comes, no one can dominate forever.** Change is inevitable; nobody dominates forever. *Ìgbà kan ńlọ, ìgbà kan ńbọ̀, ẹnìkan kò lè lo ilé ayé gbó.*

1143. **When things are sweet for sugarcane is when it is harvested.** Change is constant. *Ìgbà tó bá ńdùn fún ìrèké, layé ńgé e.*

1144. **Life is like a storm, if it blows forward, it will blow backward, as well.** No condition is permanent. *Ìjì layé tó bá fì sí iwájú, á tún fì sí ẹ̀hìn.*

1145. **The horse's tail soon becomes that of man; when the horse dies, its tail is left behind (as flywhisk).** No condition is permanent. *Ìrù ẹṣin kì í pẹ́ di ìrù èyàn, bí ẹṣin kú, a fì ìrù sí áyé.*

1146. **It cannot be sweet and not be sour.** No condition is permanent. *Kì í dùn, kó má kan.*

1147. **No matter how bright the day, night will fall, and no matter how dark the night, the day will dawn.** No condition or situation is permanent; keep hope alive. *Kò sí bí ilẹ̀ ṣe lè mọ́ tó, kó máà ṣú, kò dẹ̀ sí bí ilẹ̀ ṣe lè ṣú tó, kó máà mọ́.*

1148. **There is nothing new that will not eventually become used.** No condition is permanent. *Kò sí ohun tó jẹ́ tuntun, tí kò ní padà di àlòkù.*

1149. **There is nothing with a beginning that will not have an ending.** Everything is only for a time; nothing lasts forever. *Kò sí ohun tó ní ìbẹ̀rẹ̀, tí kò ní lópin.*

1150. **Twenty youngsters cannot play together for twenty years as thirty elders cannot hold discussions for thirty months.** Change is inevitable. *Ogún ọmọdé kì í ṣeré gba ogún ọdún; ọgbọ̀n àgbà kì í ṣàṣàrò fún ọgbọ̀n oṣù.*

1151. **The stew has finished is what ends a (slaughtered) cow.** Nothing lasts forever; there is nothing that has a beginning that will not have an ending. *Ọbẹ̀ tán, ló ńgbẹhìn màlúù.*

1152. **The millipede used to know the way, before its eyes went blind.** Nothing is permanent; change is constant. *Òkùn mọ ọnà tẹ́lẹ̀, kí ojú u rẹ̀ tó fọ́.*

1153. **No matter how far a road is, it will undoubtedly come to an end.** Nothing lasts forever; keep hope alive. *Ọ̀nà kò ní jìn, kó má lóòpin.*

1154. **Seasons are what we can own; no one can own the world.** Change is constant and inevitable. *Sáà làá ńni, ẹnìkan kì í ni ilé ayé.*

1155. **If a goat dies, it leaves further suffering to its skin.** There is nothing with a beginning that will not have an ending. *Tí ẹran bá kú, á fi ìyà jíjẹ sílẹ̀ fún awọ.*

1156. **When a matter tarries, it will eventually become history.** No matter how long an issue endures, it will one day come to an end. *Tí ọ̀rọ̀ ba pẹ́, á di ìtàn.*

1157. **The aged person was once trendy, and the rag was once in vogue.** Change is certain; nothing is permanent. *Arúgbó ṣ'oge rí, àkísà lò'gbà.*

1158. **The yam flour was once a fresh yam; a slave was once a free-born in his father's house.** No one knows tomorrow; change is certain. *Èlùbọ́ ṣe ègbodò rí, ẹrú ṣe ọmọ ní ilé bàbá rẹ̀.*

1159. **The yam flour was once a fresh yam; the old grey-haired woman of today was once a young maiden.** No condition is permanent; a season goes, another comes. *Èlùbọ́ ṣe ègbodò rí; arúgbó ṣe omidan rí.*

1160. **To chew meat for long in the mouth does not stop it from being exhausted.** Nothing lasts forever. *Kí a jẹ ẹran pẹ́ lẹ́nu, kò ní kó máà tán mọ́.*

1161. **The hearth never bears a load, without off-loading it eventually.** There is always an end to every beginning. *Àrò kì í ru ẹrù kó má sọ ọ́.*

# CHAPTER TWELVE

## Challenges, Opportunity and Hope

### CHALLENGES

1162. **No matter how bright the sky is, some dark clouds will exist.** Challenges are not unusual. *Bí ó ti wù kí ojú ọrun funfun tó, sánmà dúdú yó wà.*

1163. **As a head is in size, so it aches the owner.** Challenges are not unusual; everyone has it. *Bí orí ṣe tó, ló ṣe ńfọ́ olórí.*

1164. **When a wise man is faced with challenges, he could appear so unwise.** Challenges can be overwhelming. *Bí ọrọ̀ bá dé bá ọlọgbọ́n, yóò di ẹgbẹ́ òmùgọ̀ ni.*

1165. **Hens really do sweat; the sweat is simply concealed by their feathers.** Challenges are common; everyone has them. Some are simply better able to hide theirs. *Adìyẹ ńlàágùn, ìyẹ́ ara rẹ̀ ni kò jẹ́ ká mọ̀.*

1166. **A body cannot be so big that the owner will not be able to carry himself or herself around.** Everyone is able to live with his or her challenges. *Ara kì í tóbi, kí alára má lè gbée.*

1167. **If all the animals to be sold had not been packed together, what would goats have been doing in the stall for chickens?** A major setback can be humbling. *Bí kò sí àkópọ̀, kí lewúrẹ́ wá dé ìsọ̀ adìyẹ?*

**1168. The rat is not in a position to reprove the cat.** It can be difficult resolving an overwhelming situation. *Èkúté ilé kò rí ẹnu bá ológbò wí.*

**1169. Whoever gets crowned a king seldom have rest.** Positions of responsibilities can be challenging. *Ẹní gbé ọba mì, kì í ní ìsinmi.*

**1170. Whoever sticks with one through tough times is the true friend.** Adversities often show one's true friend. *Ẹni tó dúró ti'ni, ní ìgbà ìpọnjú ni ọrẹ́ òtítọ́.*

**1171. Wherever a tree is cut is where it sprouts leaves.** A time of adversity may well be a stepping stone for success. *Ibi tí a bá ti bẹ́ igi, ló ti ńrúwé.*

**1172. The fall of a man is not the end of his life.** Failure is really a temporary position. *Ìṣubú ẹni, kì í ṣe òpin ayé ẹni.*

**1173. Famine can sometimes make one eat the fruits of strange trees.** A constraining situation may compel one to take a less than desirable option. *Ìyàn ni í mú'ni jẹ èso igikígi.*

**1174. To consume a thousand wraps of corn meal is a breeze, except the soup is not tasty.** An unchallenging situation presents no concern. *Kò sí ewu lẹ́gbẹ̀rún ẹ̀kọ, à fi àìdùn ọbẹ̀.*

**1175. There is no danger at the farm except the sound of the patridge's movement.** An unchallenging situation presents no concern. *Kò sí ewu l'óko, à fi gìrìgìrì àparò.*

**1176. Whoever desires success will experience challenges.** Challenges are not unusual; do not give up. *Ojú ẹni máa là, á rí ìyọnu.*

**1177. Whoever had experienced the seas would no longer be moved by the lagoons.** Challenges do empower; those who had surmounted great challenges cannot be perturbed by lesser ones. *Ojú tó ti rí òkun, kò lè bẹ̀rù ọ̀sà mọ́.*

**1178. To extract the kernel from the palm kernel nut is not an easy task.** A challenging task requires tough handling. *Ojúbọrọ kò ṣeé gba ọmọ lọ́wọ́ èkùrọ́.*

1179. **Only the farms in the neighbourhood are the ones the hen can weed.** Improve yourself; more challenging responsibilities require more competencies. *Oko etílé, l'adìyẹ́ lè ro.*

1180. **Various types of knives show up upon the death of the elephant.** A major setback can be humbling. *Onírúurú ọbẹ làá rí ní ọjọ́ ikú erin.*

1181. **A head cannot be so big that the owner will not be able to carry it.** Everyone ought to be able to bear his or her responsibility. *Orí kì í tóbi, kí olórí má lè gbe.*

1182. **The heaven is collapsing is not a problem of one person.** Do not make a general problem a personal one. *Ọrun ńwó bọ, kì í ṣe ọrọ ẹni kan.*

1183. **When heat gets to the pot of stew, the stew will engage in a monologue.** We all react to a change in condition. *Tí iná bá dára ọbẹ̀, a dá ọrọ̀ sọ.*

1184. **If one is tripped by a major setback, little ones will seek to take advantage of one.** Major issues can make one vulnerable to minor ones. *Tí ìyà ńlá bá gbé'ni ṣán'lẹ̀, kékèké á gorí ẹni.*

1185. **If a youngster kills a rat and eats it alone, if he kills a fish and eats it alone, when he kills a python, he will take it to his father.** A youngster may address small challenges himself, but will refer major ones to his parents or superiors. *Tí ọmọdé bá pa eku tó bá dáa jẹ, tó bá pa ẹja tó bá dáa jẹ, tó bá pa àrọgìdìgbà, yóò gbe tọ bàbá tó bi l'ọmọ.*

1186. **Without a mother, life's challenges are well able to train up a child to maturity.** Life's challenges can be positive. *Bí ìyá ò sí, ìyà tó wo ọmọ dàgbà.*

# OPPORTUNITIES

**1187. The man with the eyes of catapult cannot shoot an animal.** Actions, not wishes, produce result. *Alákàtànpó ojú, kò lè ta ẹran pa.*

**1188. Rainbows are seen once in a white; it should be looked at closely when seen.** Be quick to take advantage of opportunities. *Ẹ̀kọ̀ọkan là ńrí Òṣùmàrè, ọjọ́ táa bá ri, ó yẹ ká wòó láwòfín.*

**1189. The person awake is not satisfied, yet the one asleep complains no one woke him to eat.** Be quick to take advantage of opportunities. *Ẹni tó jí kò tí ì yó, ẹni tó sùn, ní wọn kò jí òun jẹun.*

**1190. Time is a sword; once you grab it, cut whatever you want with it before it is out of your hand.** Make hay while the sun shines; promptly take advantage of opportunities. *Idà ni àkókò; tó bá ti tẹ'ni l'ọ́wọ́ kí èyàn tètè gé ohun tó fẹ́ gé kó tó kúrò l'ọ́wọ́ ẹni.*

**1191. With nimble paws, a dog kills the rabbit; with speed, a leopard climbs trees.** Be prompt to take advantage of opportunities. *Ìyáwọ́, ìyásẹ̀, lajá fi ńpa ehoro; wàrà wàrà lẹkùn ńgùn igi.*

**1192. Upon the fixing of his wedding date, Lantete (name of a person) promptly began preparing his (yet unborn) child's decoction; "what is due need not be delayed and what is delayed is not due" he said.** Make hay while the sun shines; be prompt to take advantage of opportunities. *Wọ́n dájọ́ ìgbéyàwó Làntèté, ló wá ńsáré ki àgbo ọmọ, ó lóhun tó bá ti yá kì í pẹ́, èyí tó bá ti pẹ́ kì í yá mọ́.*

**1193. Time waits for no one.** Make hay while the sun shines; be prompt to exploit opportunities. *Àkókò kò dúró de ẹnìkan.*

# LIMITATIONS

**1194. A big head never wholly goes bald.** There is a limit to everything. *Orí ńlá kì í pá tán.*

1195. **The cockroach would love to ride a horse; but the (predatory) hen will not allow it.** People may be constrained by other, not so obvious, factors. *Aáyán fẹ́ gun ẹṣin, adìẹ ni kò gbà fún un.*

1196. **If we are quarrelling, it is not like wishing anyone should die.** There is a limit to everything. *Bí a ńjà, bí i ti ká kú kọ.*

1197. **The vulture cannot be so impoverished as to become a coequal to the hen.** There is a limit to everything. *Ìṣẹ́ kò ní ṣẹ́ igún títí, kó wá di ojúgbà adìyẹ.*

1198. **The plantain stem has no qualm being used as a house pillar; it is the potential occupants of the house that will be wary.** Some things have limited use. *Ìti ọgẹ̀dẹ̀ ò ní ká má fi òun ṣe òpó ilé, ẹni tó máa gbé ilé ọhún lominú máa kọ.*

1199. **An inheritance cannot be so much that it will be shared with the neighbours.** There is a limit to everything. *Ogún kì í pọ̀, ká pín in fún aládùúgbò.*

1200. **A war cannot rage and kill the drummer.** There is a limit to everything. *Ogun ò ní jà, kó pa onílù.*

1201. **The monkey cannot be so much in deprivation as to dwell on the ground, and the vulture cannot be so impoverished as to be a companion of the hen.** There is a limit to everything; keep hope alive. *Ojú kì í pọ́n ẹdun kó di ẹni ilẹ̀; ìṣẹ́ kì í ṣẹ́ igún kó d'ojúgbà adìyẹ.*

1202. **One cannot be so impoverished as to plaster a house with ashes; one cannot be in so much penury as to marry one's sister.** There is a limit to everything. *Ojú kì í pọ́n'ni, ká fi eérú mọ ilé; ìyà kan kò lè jẹ èyàn, ká wá fi àbúrò ẹni ṣe aya.*

1203. **One cannot be so impoverished that one will rub one's face on the ground.** There is a limit to everything; keep hope alive. *Ojú kì í pọ́n'ni, ká fi pọ́n ilẹ̀.*

1204. **You did not come to my mother's burial, may be a valid complaint, but not that you did not cry (at the burial).** There is a limit to everything. *Oò wá sí òkú ìyá à mi ṣeé gbọ́, èwo ni oò sunkún?*

1205. **The hair on the head cannot be so bushy that a snake will be killed in it.** There is a limit to everything. *Orí ò ní kún kún, kí a pa ejò nínú rẹ̀.*

1206. **One's child cannot be so troublesome that one will chase him to be killed by a leopard.** There is a limit to everything. *Ọmọ ẹni kò lè burú títí, kí a lé e fún ẹkùn pajẹ.*

1207. **Frogs love water truly, but not hot water.** There is a limit to everything. *Ọ̀pọ̀lọ́ fẹ́ràn omi lóòtọ́, ṣùgbọ́n bí i ti omi gbígbóná kọ́.*

1208. **No matter how ferocious a bullet is, it will not tear its gun apart.** There is a limit to the impact of anything; keep hope alive. *Ọta ìbọn kì í rorò, kó fa ìbọn ya.*

1209. **If we chase someone and could not catch up with him or her, we ought to simply turn back.** There is a limit to everything. *Tí a bá lé 'ni, tí a kò bá bá 'ni, ńṣe làá padà.*

1210. **A good pedigree cannot be acquired with money.** Money is not everything; it is not everything that wealth can confer. *Bíbíre kò ṣe é fi owó rà.*

1211. **No matter how rich anyone is, no one can buy up the whole world.** You can pursue your dreams; there's enough room. *Bó ti wù kéèyàn lówó tó, kò lè ra ilé ayé tán.*

1212. **A needle cannot be used to pound yam.** There is a limit to what some things can be used for. *Abẹ́rẹ́ ò ṣéé gún iyán.*

1213. **No one is too shy to refuse to be beaten.** There is a limit to everything. *Èyàn kì í tijú u má nà mí.*

# NO IMPOSSIBILITY

1214. **An elderly person cannot be so old as not to be able to lick soup; it is cracking of bones that may be an issue.** Age is no barrier; there is no impossibility. *A kì í d'àgbà kí a má lè lá'bẹ̀, eegun ẹran nìkan l'àgbà ò le fọ́.*

1215. **One cannot get to see the 'ayo' game (an indigenous game) without finding its pieces.** No impossibility. *A kì í dé ilé ayò, kí a má bá ọmọ níbẹ̀*

1216. **Fish's eyes cannot be difficult to find in the river.** No impossibility; a scenario with definite possibility. *A kì í wá ojú ẹja tì, nínú omi.*

1217. **As long as there is life, there is no end to what one can achieve.** No impossibility; never give up. Belittle no one. *Bí a ò kú, iṣe ò tán.*

1218. **As small as the belly is, it has room for a baby (or the foetus).** No impossibility. *Bí inú ṣe kéré tó, ó fi ààyè gba ọmọ.*

1219. **Birds do not collide with trees, while flying.** No impossibility. *Ẹyẹ kì í fò, kó fi orí sọ igi.*

1220. **A sword never goes and not returns.** No impossibility. *Idà kì í lọ, kí idà má bọ̀.*

1221. **A tree cannot be so hard that the woodpecker will not be able to peck it.** No impossibility. *Igi kan kì í le títí, kí akòko máà lè sọọ́.*

1222. **The hair cannot be so bushy that the blade will not be able to cut it.** No impossibility. *Irun ò ni kún, kí abẹ má lè ge.*

1223. **There is nothing that is hard (or tough), that cannot be softened.** No irredeemable case. *Kò sí ohun tó le tí kì í rọ̀.*

1224. **There is nothing coming from above that the ground cannot contain.** No impossible case. *Kó sí ohun tó ńbọ̀ lókè, tí ilẹ̀ ò gbà.*

**1225. Whatever grasses an elephant steps on, they are stepped on with impunity.** This refers to an action with no material consequence. *Koríko tí erin bá tẹ̀, àtẹgbé ni.*

**1226. Only what is not available in the market is what a prince cannot buy.** If it is available, it can be acquired; no impossibility. *Nǹkan tí kò bá sí lọ́jà, lọmọ ọba kò lè rà.*

**1227. What is not available in the market is what a slave cannot eat.** No impossibility. *Ohun tí kò bá sí lọ́jà, lẹrú ò lè jẹ.*

**1228. Money cannot be so sick, as to be incapable of being involved in trading.** No impossibility. *Òjòjò kì í ṣe owó, kó má lè ná ọjà.*

**1229. When things get complicated, a dog is well able to tear up a leopard's garb.** Under some conditions, we are all capable of amazing things; no impossibility. *Tí nǹkan bá rújú, ajá a máa fa aṣọ ẹkùn ya.*

**1230. Sweet fruits are what orange trees yield.** This is an assured scenario; an imperative situation. *Dídùn, dídùn l'ọsàn ńso.*

**1231. One cannot slip and the floor will deny it.** An obvious scenario. *Èyàn kì í yọ̀, k'ílẹ̀ ó ṣẹ́.*

**1232. The ground cannot be so hard that the pig's snout will not be able to poke it.** No impossibility. *Ilẹ̀ kì í le kaka, kó le koko, kí imú ẹlẹ́dẹ̀ má rí i tú.*

**1233. If leaves drop off a tree, they go down, not up.** This refers to an imperative; a conclusive scenario. *Tí ewé bá bọ́ lára igi, ilẹ̀ ló nbọ̀, kì í lọ s'ókè.*

**1234. If one claims one is not old, that one is quite young, eventually, the face will be wrinkled.** Getting old is an imperative. *Tí èyàn bá lòun kò dàgbà, pé òun kò kúrò láròbó, bó pẹ bó yá ojú a hunjọ.*

# HOPE

**1235.** **A dog will not lose its teeth as a result of barking.** Tough times will not last. *Ajá ò ní gbó, kí eyín rẹ̀ yọ.*

**1236.** **A cock that will crow when grown will not be picked up by a hawk as a chick.** Keep hope alive; the best is yet to come. *Àkùkọ tí yóò kọ lágbà, àṣá kò ní gbé e l'óròmọadìyẹ.*

**1237.** **The plate never knew it would (eventually) taste pepper.** Do not give up; the best is yet to come. *Àwo ò mọ̀ pé òun yóò jẹ ata.*

**1238.** **Even if we pound yam in a leaf and prepare the soup in a groundnut pod, those who will be full, will be.** No impossibility; keep hope alive. *Báa gún iyán nínú ewé, táa se ọbẹ̀ nínú èpo ẹpà, ẹni máa yó, á yó.*

**1239.** **Father dies, father remains.** Keep hope alive; even if things change adversely, there is still some light at the end of the tunnel, if we look closely enough. *Baba kú, baba kù.*

**1240.** **If weeping endures for a night, joy will come in the morning.** Do not give up; keep hope alive. *Bí ẹkún pẹ́ di alẹ́ kan, ayọ̀ ńbọ̀ l'òwúrọ̀.*

**1241.** **As long as there is life, there is hope.** With life, there is no impossibility. *Bí ẹ̀mí bá wà, ìrètí ńbẹ.*

**1242.** **As long as notable people exist in the world, one cannot be overwhelmed by major challenges.** Keep hope alive; help abounds. *Bí ẹni ńlá ò bá tán láyé, ọ̀rọ̀ nlá kò lè gbé'ni mì.*

**1243.** **When a cub grows to the ferocity of the adult leopard, it can prey on other animals.** The best is yet to come; keep hope alive. *Bí ẹyá bá di ẹkùn, ẹran ni í pa jẹ.*

**1244.** **If a wicked fellow states his case, he will not be the eventual judge.** It is not over, until it is over; keep up hope. *Bí ìkà bá ńro'jọ́, ìkà kọ́ ni yóò da.*

**1245.** **No matter how dishevelled the hair is, it is the comb that will nonetheless sort it out.** Keep hope alive; if you will not quit, you will win. *Bí irun bá dí gágá tó dí gàgà, òyà náà, ni í mojú rẹ̀.*

**1246.** **When friends of a thrift collector are through collecting their contributions, his enemies will, as well.** There are always opportunities for everyone. *Bí ọ̀rẹ́ eléèésú bá kó tán, ọtá rẹ̀ náà yóò kó.*

**1247.** **An unripe orange will most assuredly become ripe, eventually.** Keep hope alive; the best is yet to come. *Bí ọsàn bá dúdú, ó ńpadà bọ̀ wá pọ́n ni.*

**1248.** **Eventually, a clock that struck 12 o'clock would strike 1 o'clock.** It is not over, until it is over; keep hope alive. *Bó pẹ́ bó yá, agogo tó lu méjìlá, ńbọ̀ wá lù 'kan.*

**1249.** **No matter how long, a stammerer will eventually pronounce *baba* (i.e father).** It may take long, but things will get better eventually. *Bó pẹ́ bó yá, akólòlò á pe 'baba'.*

**1250.** **The vulture never starves until the evening.** The best is yet to come; things will eventual turn out well, if we will not give up. *Ebi kì í pa igún di ọjọ́ alẹ́.*

**1251.** **Man's imperfection while living soon morphs into perfection as a carved statue (with no blemish) after death.** Keep hope alive; the best is yet to come. *Èèyàn ò sunwọ̀n láàye, ọjọ́ a kú là ńd'ère.*

**1252.** **Derision does not deter honey from sweetness.** External forces cannot stop internally-driven success. *Ẹ̀gàn ò ní kí oyin má dùn.*

**1253.** **Whoever still has life cannot know for sure who he'd become.** With life, there's hope; it is not over yet. *Ẹni tí kò tí ì kúrò láyé, kò lè mọ irú ẹni tí òun yó dà.*

**1254.** **Only the person who remains alive will get to own the farmland up yonder (eventually).** As long as there is life, virtually nothing is impossible. *Ẹni tí ò kú, ló ni igbó òkè ọ̀hún.*

1255. **A hen is never burdened by the weight of its feathers.** Do not give up; your challenges are within your capabilities; they are not as impossible as they appear. *Ẹrù ìyẹ́ kì í pa adìyẹ.*

1256. **Birds have no cooking pots, yet they eat and drink.** Keep hope alive; no impossibility. *Ẹyẹ kò ní ìṣasùn, ṣùgbọ́n ẹyẹ ńjẹ, ẹyẹ ńmu.*

1257. **Eggs eventually become cocks.** The best is yet to come; keep hope alive. *Ẹyin ni í di àkùkọ.*

1258. **It is not from all forests that a hunter kills a grasscutter; it is not all battles that a brave warrior wins.** Win some; lose some; do not be discouraged. *Gbogbo ìgbẹ́ kọ́ lọdẹ ti ńpa ọyà; gbogbo ogun kọ́ lakíkanjú ti ńyege.*

1259. **Its grunting may be endless, but the pig will get to Oyo town, eventually.** Keep up hope; do not be discouraged. *Hùnrùnhunrun ni yóò pọ̀, ẹlẹ́dẹ̀ wa á dé Ọ̀yọ́.*

1260. **Supper is prepared in every home; some stews are simply tastier than others.** Everyone is blessed; the extents are simply different. *Ibi gbogbo là ńdá iná alẹ́, ọbẹ̀ ló kàn dùn ju ara wọn lọ.*

1261. **The destination is not far; it is the stop-overs that are many.** Delay does not connote denial; keep hope alive. *Ibi tí a ńlọ ò jìnnà; ibi tí a ńyà sí ló pọ̀.*

1262. **The maize seed does go into the soil bare, but ends up with multiple coverings after sprouting.** Do not give up; the best is yet to come. *Ìhòhò dodo làgbàdo ńwọ ilẹ̀, tó bá jáde tán ló ńdi onígba aṣọ.*

1263. **A storm cannot be so fierce as to waste the liquid in a coconut fruit.** Do not give up. *Ìjì kì í jà, kó da omi inú àgbọn nù.*

1264. **The death of the fish is what exposes it to the city.** An adverse turn of events may lead to a positive consequence; do not lose hope. *Ikú ẹja ni í mú ẹja mọ ìlú.*

**1265. Death made the fish bent.** A crucial change could leave a devastating effect on one. *Ikú ló mú ẹja kákò.*

**1266. Three consecutive generations cannot remain poor.** Keep hope alive. *Ìran mẹta kì í tòṣì.*

**1267. Money experiences nothing but goodness.** Always hope for the best. *Ire lojú owó ma ńrí.*

**1268. Life's challenges do not kill, they simply make one wiser.** Keep holding on; do not give up. *Ìrírí ayé ò ní ti'ni títí kó ti'ni pa, ọgbọ́n ló fi ńkọ'ni.*

**1269. Anxiety about the wolf is what will kill the dog.** Do not worry; keep hope alive. *Ìrònú ìkokò, ni yóò pa ajá.*

**1270. A mother cannot be a waster and her child a non-entity.** Keep hope alive. *Ìyá ò ní ya àpà, kí ọmọ tún ya òkúùgbẹ́.*

**1271. Only as a kitten is the cat in deprivation; once fully grown, it is able to hunt rats.** The best is yet to come; keep hope alive. *Kékeré ológbò ni í jẹ kísà níyà, tó bá dàgbà tán a máa pa èkúté.*

**1272. Things cannot be so bad that one will not be left with someone; it is who he or she will be that may not be known.** You are not alone, keep up hope. *Kì í burú títí, kó má ku ẹníkan mọ'ni, ẹni tí yóò kù la ò mọ̀.*

**1273. The lion will not enter the forest and eat leaves, it is animals like itself it will feed on.** God will provide; keep hope alive. *Kìnìún kò ní wọ inú igbó, kó kó ewé jẹ, ẹran bí ara rẹ ni yóò jẹ.*

**1274. After a pitch darkness, most assuredly comes the dawn.** Keep hope alive, do not give up. *Lẹ́hìn òkùnkùn biribiri, ìmọ́lẹ̀ á tàn.*

**1275. The ram's testicles are merely dangling, they cannot fall off.** Keep hope alive; do not give up. *Mímì lẹpọ̀n àgbò ńmì, kò lè já.*

**1276. The bereaved is simply hurting; he will not be buried with the deceased.** The best is yet to come; be of good hope. *Ò kàn ńṣe ọmọ olóòkú bẹ́ẹ̀ ni, a kò ní sin ín pẹ̀lú òkú rẹ̀.*

**1277.** **A warrior who will tell war tales will not perish in battle.** The best is yet to come; as long as there is life, there is hope. *Ojú tí yóò ròhìn ogun, kò ní kú sógun.*

**1278.** **The set of eyes that did not go blind upon seeing evil is waiting to see good.** The best is yet to come; keep hope alive. *Ojú tó rí ibi tí kò fọ́, ire ló ńdúró de.*

**1279.** **A stream from which one will drink will not flow beyond one's reach.** Keep hope alive; do not give up. *Omi tí èyàn máa mu, kò ní ṣàn kọjá rẹ̀.*

**1280.** **The sun, as is, is good enough to dry clothes.** What you have and where you are are good enough to start with; keep hope alive. *Òòrùn tó kù lókè, tó aṣọ ọ gbẹ.*

**1281.** **A widow, who is worried about her dead husband, should also remember her living husbands (relatives who'd stand for her).** You are not alone; keep hope alive. *Opó tó ńronú ọkọ rẹ̀ tó kú, yẹ kó tún máa rántí ọkọ rẹ̀ tó kù.*

**1282.** **A labourer cannot be so unfortunate that the sun will not set (to mark the end of his work for the day).** Nothing lasts forever; keep up hope. *Orí alágbàṣe kì í burú, kí oòrùn má wọ.*

**1283.** **A head destined to be a king, will definitely be crowned.** Keep hope alive. *Orí tó máa j'ọba, kò ní ṣàì jẹẹ́.*

**1284.** **A monetary sum that can be quantified is no longer an issue.** Do not give up; keep hope alive. *Owó tó níye, àbùkù ti kàn án.*

**1285.** **If a farm is not too far off, the garden egg fruit in it cannot become reddened.** What is easily accessible seldom suffer neglect or inattention. *Tí oko kò bá jìnnà, ikàn inú u rẹ̀, kò lè wọ ẹ̀wù ẹ̀jẹ̀.)*

**1286.** **If a farm is not too far off, the garden egg fruit in it cannot become reddened.** What is easily accessible seldom suffer neglect or inattention. *Tí oko kò bá jìnnà, ikàn inú u rẹ̀, kò lè wọ ẹ̀wù ẹ̀jẹ̀.)*

**1287. That a pregnancy is prolonged does not make the baby a slave.** Delay is no denial; keep up hope. *Oyún kì í pẹ́ nínú, kí á fi bí ẹrú.*

**1288. Two maternal siblings should not both be seeing elves (or monsters).** Keep hope alive; even tough times are limited in scope. *Ọmọ ìyà méjì, kì í rí ewèlè.*

**1289. What will turn out well quite often starts out negatively.** It is not over yet; do not give up. *Ọ̀rọ̀ tó máa di akàn, bí ẹja ni í kọ́kọ́ ńrí.*

**1290. It may be long, but the basket will eventually cover the hen.** Keep up hope; do not give up. *Pípẹ́ ni yóò pẹ́, agbọ̀n á bo adìyẹ.*

**1291. The storms of the sea will not stop the fish from sleeping and even snoring.** Keep hope alive; tough times will not be forever. *Rí'rú omi òkun, kò ní kí ẹja má sùn, kó má han'run.*

**1292. The shame is on the person who cuts a tree; it will sprout leaves again.** Never give up; the effects of wickedness can only be for a time; they will not last forever. *T'ẹni bẹ́ igi ló jù, igi á rú'wé.*

**1293. Once a pregnant woman delivers, she will be at ease.** After a storm, comes the calm. *Tí aboyún bá bímọ tán, ara á tù ú.*

**1294. Once the neat (attractive) woman is through getting her husband, it is certain, the filthy (not so attractive) one will get hers as well.** There are enough resources for everyone; keep hope alive. *Tí afínjú bá l'ọkọ tán, ó di dandan kí ọbùn náà ní tirẹ̀.*

**1295. When a thorn forces one to tip-toe, it is due to be pulled out.** It often gets worse before it gets better; do not give up. *Tí ẹ̀gún bá dé ibi à ńtiro, ó ṣe tán à ti yọ ni.*

**1296. No matter how long the plantain fruit has been hard, it will eventually become soft.** The best is yet to come; keep hope alive. *Tí ọgẹ̀dẹ̀ bá le títí, ó ńpadà bọ̀ wá rọ̀ ni.*

**1297. A person who remains unengaged for long, will eventually be favoured.** The best is yet to come; tough times will not last forever. *Tí orí bá pẹ́ ní'lẹ̀, ó níláti di ire ni.*

1298. **If an issue shakes one thoroughly, it will eventually leave one alone; it will not swallow one up.** It is not over, until it is over, keep hope alive. *Tí ọrọ bá gbo'ni jìgìjìgì, ó ma ńgbé'ni jù s'ílẹ̀ ni; kò ní gbé'ni mì.*

1299. **Only what a child has is what can be taken away; no one can strip him of what he contains.** Focus on what endures; possessions are ephemeral, but acquired knowledge is enduring. *Ti ọwọ́ ọmọ là ńgbà; kò sí ẹni tó lè gba ti inú ọmọ.*

1300. **There may not be milk today, but there will be milk tomorrow.** Keep hope alive. *Wàrà kò sí lóòní, wàrà ńbẹ l ọ́ọ̀la.*

1301. **One cannot be born and not become something; it is what it is that may not be known.** Keep hope and patience alive. *A kì í wáyé kí a má da nǹkan, ohun tí a ó dà laà mọ̀.*

1302. **God has not forgotten anyone; ignorance of divine timing is what makes us fret.** Keep hope alive; do not give up. *Adániwáyè ò gbàgbé ẹnìkan; àìmàsìkò ló ńdààmú ẹ̀dá.*

1303. **The hen that did not die will eventually get to eat corn.** Once there is life, virtually nothing is impossible. *Adìyẹ tí ò kú, ṣì máa jẹ àgbàdo.*

1304. **There is sweetness in bitter-leaf, at the end.** Keep hope alive; the best is yet to come. *Adùn ńbẹ lẹ́hìn ewúro.*

1305. **The breeze will not blow in the forest and not touch the trees.** Keep hope alive. *Afẹ́fẹ́ kò ní fẹ́, kó má kan igi oko lára.*

1306. **A retreating ram has simply gone for more power (or momentum).** A retreat may well foreshadow advancement. *Àgbò tó fi ẹ̀hìn rìn, agbára ló lọ mú wá.*

1307. **The tongue never falls from the grasp of the mouth.** Never give up!. *Ahọ́n kì í jábọ́, lọ́wọ́ ẹnu.*

**1308. If we are patient, what is not sufficient will be in excess soon enough.** With patience, virtually nothing is impossible. *Bí a bá ní sùúrù, ohun tí kò tó, ṣì ńbọ̀ wá ṣẹ́kù.*

**1309. Eventually, twenty years time will one day be referred to as tomorrow.** Do not give up; be patient. *Bó pẹ́ bó yá, ogún ọdún ńbọ̀ wá k'ọla.*

**1310. The secret of the corn meal cannot be exposed in the presence of the leaf wrappings.** Be perceptive. *Àṣírí ẹ̀kọ kì í tú lójú ewé.*

**1311. The secret of the wolf should not be exposed in the presence of the rat.** Be perceptive and keep up hope. *Àṣírí ìkokò, kò gbọdọ̀ tú lójú ẹdá.*

**1312. It is not dogs that will reveal the secrets of wolves.** Keep up hope; it is not over, until it is over. *Àṣírí ìkokò, ajá kọ́ ni yóò tu.*

**1313. Opportunity has no tail, once it dashes into the forest, there's nothing that can be used to pull it out.** Promptly exploit opportunities; opportunity once lost is difficult to be regained. *Àǹfàní ò nírù, bó bẹ́ wọ igbó, kò sí ohun táà á fi fàá.*

**1314. The bat that slept by the orange tree found no orange, not to mention the parrot that claimed it came early before dawn.** Make hay while the sun shines; be prompt to exploit opportunities. *Àdán tó sùn sí ìdí ọsàn, kò rí he, bèlèté odídẹrẹ́ tó lóun jí dé.*

**1315. The corn that refused to come home (from the farm) threw away the chance to become corn meal.** Avoid losing opportunities. *Àgbàdo tó kọ̀ tí ò wálé, dun ara ẹ̀ lẹ́kọ ni.*

———————•••••———————

## THERE IS ALWAYS A WAY OUT

**1316. If the arms cannot be swung, they are simply folded on the head.** There is always a way out; alternatives exist. *Tí apá kò bá ṣe é ṣán, a má a ká a lórí ni.*

1317. **If an issue becomes confusing, the explanation is what is insufficient.** There is always a way out of any confusing situation. *Tí ọ̀rọ̀ bá rúnjú, àlàyé ni kò tí ì tó.*

1318. **If a luggage cannot be placed on the shelf or on the ground, there's still where to place it.** There's always a way out: a constraining situation or scenario often has more options than it initially appears. *Tí ẹrù bá kọ òkè, tó kọ ilẹ̀, ó ní ibi tí a ńgbé e sí.*

# CHAPTER THIRTEEN

## Different Strokes and Different Situations

### DIFFERENT STROKES

1319. **What is acceptable in one place is an abomination in another.** Different strokes for different folks. *Bí a ti ńṣe níbì kan, èèwọ̀ ibòmíràn ni.*

1320. **A race that takes dogs twenty years is a mere leisurely walk to horses.** Different strokes for different folks; what proves a challenge to one, may well be a walkover to another. *Eré tí ajá bá fi ogún ọdún sá, ìrin fàájì ni fún ẹṣin.*

1321. **The same wasps that humans see and run away from are what lizards gladly snap up on walls.** What proves challenging to one, may be an opportunity to another; one man's meat is another's poison. *Agbọ́n tí géńdé rí tó ńsá, ni aláàmù ńṣà jẹ lẹ́ẹ̀gbẹ̀ ògiri.*

1322. **Despite how venomous the wasp is, it is food for the lizard.** One man's meat is another's poison. *Bí agbọ́n ṣe lóró tó, oúnjẹ ni fún aláǹgbá.*

1323. **The snake that bit someone, merely swiped another with its tail.** What seems a major issue to someone is simply a minor irritation to another. *Ejò tó bu ẹnikan jẹ, ìrù ló fi ṣán elòmíràn.*

**1324.** **An elephant (what is significant) in one place is a tiny mouse (insignificant) in another.** Different strokes for different folks. *Erin ibi kan, èlírí ni ní ibòmíràn.*

**1325.** **A woman, who someone refers to as a mother is a wife to another.** Different strokes for different folks. *Ẹni tí ẹnìkan ńpè ní ìyá, ìyàwó ló jẹ́ fún ẹlòmíràn.*

**1326.** **A man with a head had no cap, the one with a cap had no head, and the man with both head and cap, had no outing to go with the cap.** Different strokes for different folks. *Ẹni tó lórí, kò ní fìlà, ẹni tó ní fìlà, kò lórí, ẹni tó lórí tó ní fìlà, kò rí òde dée lọ.*

**1327.** **While the elephant weeps for lacking teeth, the wild boar pokes the ground with its own.** What matters to one person may well be a nuisance to another. *Ibi tí erin ti ńsun ẹkún àìléyín, ni ìmàdò ti ńfi tirẹ̀ gún ilẹ̀.*

**1328.** **What makes the dog barks, pales to what the sheep ignores.** What bothers someone may really be meaningless to another. *Ohun tí ajá rí tó ńgbó, kò tó èyí tí ágùntàn fi ńṣe ìran wò.*

**1329.** **What faces someone backs another, like the talking drum.** Different strokes for different folks. *Ohun tó kọ ojú sí ẹnìkan, ẹ̀hìn ló kọ sí ẹlòmíràn, bí ìlù gángan.*

**1330.** **The same rain that fell on the farm of the diligent is the one that fell on that of the indolent.** What someone complained about is what another made a success of. *Òjò tó rọ̀ sí oko alágbára, náà ló rọ̀ sí oko ọlẹ.*

**1331.** **The somersaulting that does not profit the monkey is the same one that the masquerade does and receives a lot of money.** What works for one may be a liability to another; different strokes for different folks. *Òkìtì tí ọbọ ta tí kò nílárí, ni eégún ta tó ńgba owó rẹpẹtẹ.*

**1332.** **Everyone knows how he or she moves until night falls on him.** Different strokes for different folks. *Olúkálùkù ló mọ bó ṣe ńrìn, tí ilẹ̀ fi ńṣú u.*

1333. **The same business venture that gets someone into debt is what takes another into wealth.** Different strokes for different folks. What works for one may not necessarily work for another, and what proves impossible to one may simply be a breeze to another. *Òwò tí ẹnikan ṣe tó jẹ gbèsè, lẹlòmíràn ńṣe láṣelà.*

1334. **In the general gathering of animals, the frog lamented that it is not as bothered by its thick skin as its lack of a tail.** Different strokes for different folks; what bothers one may be irrelevant to another. *Ọ̀pọ̀lọ́ dé àwùjọ ẹranko, ó ní ara òun tó yi, kò dun òun bí ìrù tí òun kò ní.*

1335. **What ails the farm owner is what amuses the patridge in the forest.** Different strokes for different folks. *Ọ̀rọ̀ tó ńpa olóko lẹ́kún, làparò fi ńṣe ẹrin rín, nínú igbó.*

## PRESUMPTUOUS OR PRETENTIOUS

1336. **Never throw away the water in the trough simply because the cloud rumbles.** Do not be presumptuous; do not count your chickens before they are hatched. *A kì í gbọ́ kúkù òjò, da omi agbada nù.*

1337. **Do not pre-empt someone who started saying something, as it is not yet clear what exactly the person intends to say.** Do not be presumptuous. *A kì í ṣíwájú ẹlẹ́ẹ̀dẹ́ pe ẹẹ̀dẹ́, nítorí a kò mọ̀ bóyá ẹẹ́dẹ́gbẹta ló fẹ́ pè ni à bí ẹẹ́dẹ́gbẹ̀rin.*

1338. **While one reveres the owner of a dog, the dog presumes it is the one being revered.** Be presumptuous; do not arrogate to yourself the honour due another. *A ńbẹ̀rù alájá, ajá ṣe bí òun là ńbẹ̀rù.*

1339. **A bird is being pulled out from the pouch and you are asking if it is red or black.** Do not be presumptuous about someone's intention. *À ńmú ẹyẹ bọ̀ l'ápò, o ńbéèrè pé ṣé pupa ni àbí dúdú.*

**1340.** **The palm frond has just sprouted and claims it will get up to heaven, the older fronds reminded it they once said the same thing.** Do not be presumptuous; let things play out before reaching your conclusions. *Àṣẹ̀ṣẹ̀ yọ ọgọmọ, ó ní òun yóò kan ọ̀run, àwọn aṣíwájú rẹ̀ ní àwọn náà sọ bẹ́ẹ̀ rí.*

**1341.** **If you are not (properly) seated, do not stretch your legs.** Do not be presumptuous. *Bí a kò bá tí ì jókòó, a kì í na ẹsẹ̀.*

**1342.** **Whoever has not first obtained corn meals does not prepare the vegetable soup (for it).** Do not be presumptuous. *Ẹni tí kò tí ì rí àkàṣù ẹkọ, kì í ṣe ata sí ẹ̀fọ́.*

**1343.** **Whoever waylays someone he or she cannot defeat in a fight, would receive severe punishment.** Do not be presumptuous. *Ẹni tí kò tó ni í nà tó ńdènà de'ni, àjẹkún ìyà ni yóò jẹ.*

**1344.** **We are taken for granted by those who do not know us.** The unknown is often underestimated; do not be presumptuous. *Ẹni ti kò mọ'ni, ni í fi'ni í ṣ'eré.*

**1345.** **Whoever says cotton is not heavy, must have taken just enough for a lamp.** Do not be presumptuous; even things that ordinarily appear immaterial may in sufficient magnitude have significant impact. *Ẹni tó ní òtùtú òwú kò tó ẹrù, iwọnba tí yóò fi tan iná ló mú.*

**1346.** **Faeces have no bones, yet even kings will tip-toe, when they step on it.** There are more to things, than what is immediately obvious; do not be presumptuous. *Ìgbẹ́ kò léegun, ṣùgbọ́n tí ọba bá tẹ̀ẹ́, á tiro.*

**1347.** **The rain is falling and you claim it is not as heavy as yesterday's; has it subsided yet?** Do not jump the guns; do not be presumptuous. *Òjò ńrọ̀ lọ́wọ́, o ní kò tó ti àná; ṣé òjò ti dá ná ni?*

**1348.** **The king has not poured out the raffia palm wine, yet the chief is pouring the herbs into his palm (to use with the wine).** Do not be presumptuous. *Ọba kò tí ì bu ògùrọ, Aṣípa ńbu àgúnmu si ọwọ́.*

**1349.** **If one takes a living tree for a dead one, the living tree could well crash and kill one.** Underestimate nothing and no one; do not be presumptuous. *Tí a bá fi ojú igi gbígbẹ wo tútù, tútù lè wó pa'ni.*

1350. **If a blind man threatens to make you blind, be wary; if he has nothing in his hands, he may have something under his feet.** Underestimate no one; do not be presumptuous; err on the side of caution. *Tí afọjú bá lóun yóò fọ'ni lójú, ó yẹ ká funra, nítorí tí kò bá mú nǹkan lọwọ́, ó lè tẹ nǹkan mọ'lẹ̀.*

1351. **The attic owns luggages; the shelf is merely pretentious.** Do not be pretentious; do not lay claim to what belongs to someone else; give people their dues. *Àjà ló lẹrù, irọ́ ni pẹpẹ ńpa.*

1352. **A nouveau riche named his child "wealth is stressful".** Be modest; do not be pretentious. *Ẹni tí kò r'ọlá rí, tó s'ọmọ rẹ̀ ní Ọláníyọnu.*

1353. **A person who is not big in stature should not be breathing heavily.** Do not be pretentious; be secure in who you are. *Ẹni tí kò tó gèlètè, kì í mín fin.*

———————————●●●●●———————————

## DIFFERENT SITUATIONS AND APPROACHES

1354. **It is not all clothes that one dries in the sun.** Different situations call for different approaches. *Gbogbo aṣọ kọ́ là ńsá lóòrùn.*

1355. **The lightning may well strike the silk cotton tree and tear down the African teak tree, but not a very mighty tree.** What may have a major impact on some may have zero effect on others. *Ti àrá bá ńpa àràbà, tó ńfa ìrókò ya, bí i ti igi ńlá kọ́.*

1356. **Never handle a pot the same way you handle a mortar.** Different situations call for different approaches. *A kì í yí ìkòkò bí ẹni yí odó.*

1357. **One ought to kill the stripped rats with wisdom, the snakes with boldness and weed the base of palm trees with patience.** Different tasks require different attributes; one size does not fit all. *Ọgbọ́n inú la fi ńpa ẹmọ́, àyà gbàǹgbà la fi ńpa ejò, pẹ̀lẹ́ kùtù la fi ńroko abẹ́ ọpẹ.*

**1358.** **We may not eat bones as we eat beans, else we will end up with broken teeth.** Different situations call for different approaches. *Işe tí a fi ńję ęwà, táa bá şe bęę́ję egungun, a á ká'ni léyín.*

**1359.** **Mud and sands are stepped on differently.** One size does not fit all; different situations call for different approaches. *Òtòọ̀tọ̀ là ńtę ęrę; ọtòọ̀tọ̀ là ńtę eruku.*

---

## TACT AND WISDOM

**1360.** **Never discuss a confidential matter with a talebearer.** Be wise and tactful. *A kì í sọrọ̀ ìkòkò, lójú olófòófó.*

**1361.** **A leper that wants to pick up a needle that dropped from his or her hands will require some ingenuity.** A clumsy situation needs tact to be well managed. *Abęrę́ ti bọ́ lọ́wọ́ adętę̀, ó ti di ète.*

**1362.** **Padlocks do not open up to one another.** Be tactful; it is not everything that should be made public. *Àgádágodo kò fi inú han ara wọn.*

**1363.** **Whatever a dog dreams about remains with it, undisclosed.** Be perceptive; it is not every fact that one makes public. *Àlá tí ajá bá lá, inú ajá ni í gbé.*

**1364.** **If one's goat runs into the home of a stubborn fellow, one must stop its pursuit at the door; else one may end up receiving the punishment meant for the goat.** Walk in wisdom. *Bí ewúrę́ ęni bá sá wọ ilé alágídí, ęnu ọ̀nà la ti í padà lę́hìn rę̀, bíbęę́kọ́, ìyà tí alágídí ì bá fi ję ewúrę́, á padà sọlę̀ sórí ęni.*

**1365.** **It is not all that the eyes see that the mouth utters.** Be tactful. *B'ójú rí, ęnu a pa mọ́.*

**1366.** **Pigs have no value for honour.** Do not throw your honour just anywhere. *Ęlę́dę̀ ò męyę.*

1367. **One sentence can mess up a discussion, and one sentence can make it better.** Tact is crucial. *Gbólóhun kan lè ba ọ̀rọ̀ jẹ́, gbólóhùn kan náà lè tún ọ̀rọ̀ ṣe.*

1368. **A single statement can very well turn-around a twenty years old decision.** Speak in wisdom; no decision is cast in iron. *Gbólóhùn ọ̀rọ̀ kan, a máa yí ìpinnu ogún ọdún padà.*

1369. **What an elder eats his corn meal with is under the leaf wrappings.** Be tactful; it is not every details that should be made public. *Ohun tí àgbàlagbà fi ńjẹkọ, ó wà lábẹ́ ewé.*

1370. **Whatever the mortar covers, can no longer see the sky.** Be tactful; it is not all issues that should be made public. *Ohun tí odó bá ti dé, kó tún rí ọrun mọ́.*

1371. **Proverbs are horses of words; if clarity is lost (in a discourse), proverbs are what will be used to find it.** Use of proverbs brings clarity to discourses. *Òwe lẹṣin ọ̀rọ̀, ọ̀rọ̀ lẹṣin òwe; tí ọ̀rọ̀ bá sọnù òwe la fi í wa.*

1372. **To live in this world (successfully), requires wisdom.** Wisdom is crucial; seek it. *Ọgbọ́n layé gbà.*

1373. **A wise person eats his coconut with wisdom, so that he does not end up with cough.** Wisdom is required to use and manage any resource so it will not become a liability. *Ọgbọ́n lọlọgbọ́n fi ńjẹ àgbọn, kó má báa hú u ní ikọ́.*

1374. **It will take both wisdom and patience to get an elephant into the city.** Both wisdom and patience are required to resolve a complex issue. *Ọgbọ́n pẹ̀lú sùúrù, la fi ńmú erin wọ ìlú.*

1375. **The wisdom required to acquire a house is nothing compared to that required to live in it.** The wisdom required to start a thing is nothing to that required to sustain it. *Ọgbọ́n tí a fi ńkọ́ ilé, kò tó èyí tí a fi ńgbé e.*

1376. **The wisdom a woman needs to marry is nothing to what she needs to keep her home.** The wisdom required to start a thing is nothing to that required to sustain it. *Ọgbọ́n tí obìnrin fi ńlọ́kọ, kò tó èyì tó fi ńgbé ilé ọkọ náà.*

**1377. The wisdom a man needs to marry is nothing to what he needs to live with the wife.** The wisdom required to start a thing is nothing to that required to sustain it. *Ọgbọ́n tí ọkùnrin fi ńfẹ́ ìyàwó, kò tó èyí táa fi bá a gbé.*

**1378. The frog uses wisdom to kill mosquitoes and also requires wisdom to eat them, as well.** Wisdom is required to start and sustain anything. *Ọgbọ́n tí ọpọ̀lọ́ fi pa ẹfọn ló fi ńjẹ ẹ́.*

**1379. Whatever wisdom that leaps over a tree and leaps over a palm, typically ends up in the domain of stupidity.** Be moderate; to inordinately project wisdom is unwise. *Ọgbọ́n tó bá fo igi, tó bá fo ọpẹ, ẹhìnkùlé agọ̀ ló máa rébọ́ sí..*

**1380. Only a wise person can understand the complexities of language.** Pursue wisdom. *Ọlọ́gbọ́n ló lè mọ àdììtú èdè.*

**1381. A wise person will notice it; a fool will wonder what happened.** Wisdom is crucial; pursue it. *Ọlọ́gbọ́n ni yóò kíyèsi; aṣiwèrè á ní kí ló ṣẹlẹ̀?*

**1382. A wise person learns from the experience of others; a fool learns from his or her own.** Perceptively and indirectly learn from the experiences of others. *Ọlọ́gbọ́n ni í fi ọràn elòmíràn kọ́gbọ́n; òmùgọ̀ á fi tirẹ̀ kọ́gbọ́n.*

**1383. If the words of elders do not come to pass early enough, they will, eventually.** Words of wisdoms are certain; they are better heeded. *Ọ̀rọ̀ àgbà, bí kò ṣe lóòwúrọ̀, bó pẹ́ títí, á ṣe lọ́jọ́ alẹ́.*

**1384. Soft words pull kolanuts from a pouch; strong words pull arrows from a quiver.** Soft answers can pacify and help resolve a knotty situation. *Ọ̀rọ̀ rírọ̀ ni í yọ obì lápò, ọrọ líle nií yọ ọfà lápó.*

**1385. A questionable matter should be viewed in a questionable manner.** The way a matter appears is the way it is addressed. *Ọ̀rọ̀ ṣùnùkùn, ojú ṣùnùkùn lafi í wò ó.*

1386. **The opinions of fools are the ones at variance; the wise are in agreement.** Wisdom commends collaboration and unity. *Ọ̀rọ̀ wèrè ló máa ńyàtọ̀, ti ọlọgbọ́n máa ńbá ara wọn mu ni.*

1387. **Only in the hands of a fool will one find a severed (human) arm.** Only a fool will hold on to what will implicate him. *Ọwọ́ aṣiwèrè, ni a gbé ńbá apá yíya.*

1388. **How one handles one's matter is how others will handle it as well.** We define how we want others to treat our concerns. *Ọwọ́ tí èyàn bá fi mú nǹkan rẹ̀, lọmọ aráyé á fi báa mú u.*

1389. **If a dwarf does not act strange, little kids will believe he's one of them.** Some actions or occurrences are for effect and do not necessarily reflect reality. *Tí aràrá kò bá ṣe bí i wèrè, àwọn ọmọ kékèké, á máa pèé légbẹ́ wọn.*

1390. **Once people are through squeezing the juice out of an orange, its rind is thrown away.** Walk wisely; once people's goals are achieved, they may be less accommodating. *Tí ayé bá mu ọsàn tán, wọn a sì ju èpo rẹ̀ nù.*

1391. **If someone claims to be wiser than, one should deliberately be more stupid.** It is not every argument that needs to be challenged. *Tí ẹnìkan bá lóun gbọ́n ju èyàn lọ, èyàn máa ńgọ̀ jùú lọ ni.*

1392. **If one is denounced as having large intestines, one ought to pack them up.** If one is derided for any reason, one should make effort to address the issue or keep it from public view. *Tí wọ́n bá pe èyàn l'ábìfun rà800à, èyàn ma ńpa ìfun rẹ̀ mọ́ ni.*

1393. **Accused of killing someone, you responded that you merely shot an arrow; a gun and an arrow, which one cannot kill?** Be tactful. *Wọ́n ní o paá, o ní ọfà lo ta; àti ọfà àti ìbọn, èwo ni kò lè pa èyàn?*

1394. **Praising a youngster to his face often results in regression.** Wisdom is crucial. *A kì í yin ọmọdé lójú ara rẹ̀; ìfàsẹ́hìn ni í kángun ẹ̀.*

**1395.** **No one kills and roasts a chicken in the presence of the owner.** Be wise; be perceptive. *A kì í ti ojú aládìyẹ kì í sí iná.*

**1396.** **An elderly person will not weep in the presence of a person who will not (or cannot) console him.** Do not open relay your concerns to those incapable of helping you. *Àgbà kì í sunkún lójú ẹni tí kò ní sìpẹ̀ fún un.*

**1397.** **An elder who does not want his home desolated, pre-announces his arrival by whistling.** Walk in wisdom. *Àgbà tí kò bà fẹ́ kílé dàrú, irú wọn máa ńsúùfé wọlé ni.*

——————————— ·•●●●•·  ———————————

# DILEMMAS

**1398.** **We sat and hung a bag; we stood up and the bag was out of reach.** This refers to an utmostly perplexing and confusing situation. *A jókòó a fi àpò kọ́, a dìde ọwọ́ ò tó àpò mọ́.*

**1399.** **Water drags sand (at the river bank or seashore) steadily; whereas it has no hands and legs.** A dilemma. *Omí ńwọ́ yanrìn gbẹrẹrẹ; bẹ̀ẹ̀ni omi ò lọ́wọ́, omi ò lẹ́sẹ̀.*

**1400.** **The king sent one on an errand and the Oba river en-route, overflew its banks; the king's errand cannot be declined and the river cannot be crossed.** To be confronted with a dilema; to be faced with two practically impossible or unfavourable options. *Ọba rán'ni ní iṣẹ́, odò Ọbà kún, iṣẹ́ Ọba kò ṣeé kọ̀, odò Ọbà rèé, kò ṣeé ki orí bọ̀.*

**1401.** **If the circumstances of Pela (a hypothetical person) were to be considered, the town would be destroyed, yet if he were to be ignored, the town would not be exciting.** A dilemma: a choice between two equally undesirable options. *Tí a bá ní ká ro ti Pẹ̀là, ìlú á bàjẹ́, tí a bá dẹ́ ní ká má ro ti Pẹ̀là, ìlú ò ní dùn.*

——————————— ·•●●●•·  ———————————

# READING BETWEEN THE LINES

1402. **Father is sick, father is unwell, yet wraps of corn meals go into the house and the empty wrappers come out.** Be wise; learn to read between the lines and respect what is not obvious. *Ara bàbá ò yá, ara bàbá ò yá; àkàṣù ẹkọ ńwọ 'lé, ewé ńjáde.*

1403. **One cannot be financially stable and engage in firewood selling (or petty trading).** Be wise; learn to read between the lines and respect what is not obvious. *Ara kì í rọ 'ni, ká ṣẹgi ta.*

1404. **It is from jokes made that truths are known.** Be perceptive to read between the lines. *Ibi àwàdà, la ti í mọ òótọ́ ọ̀rọ̀.*

1405. **Termites do not eat (or destroy) a house in the presence of its owner.** Be mindful of what you cannot see; there may be more going on than is immediately obvious. *Ikán kì í jẹ ilé lójú onílé.*

1406. **The water bug dancing on the surface of the stream has its drummer below the surface.** Things are more than they appear; read between the lines. *Ìròmi tó ńjó lójú omi, onílù rẹ̀ wà nìsàlẹ̀ odò.*

1407. **The insect dancing by the bush path has its drummer right in the bush.** Respect what you cannot see: often there's more than meets the eyes in life's affairs. *Kòkòrò tó ńjó lẹ́ẹ̀bá ọ̀nà, onílù rẹ̀ ńbẹ nínú igbó.*

1408. **It is not the fault of the pestle pounding the mortar, but the farmer who brought the yam from the farm.** There are more to things than often seem apparent. *Kì í ṣe ẹjọ́ ọmọ orí odó tó ńgún ìyá rẹ̀, bíkòṣe àgbẹ̀ tó mú iṣu láti oko wá.*

1409. **Why will the farmer be working late at the farm, unless he wants to steal his fellow farmers' yams?** Things often have deeper underlying causes than it is obvious. *Kí làgbẹ̀ ńṣe lóko di òru, à fì tó bá fẹ́ jí iṣu ẹgbẹ́ rẹ̀ wa?*

1410. **What is the fish-seller selling that her lamp remains lighted throughout the night?** Things often have deeper underlying causes than it is obvious. *Kí lẹlẹ́ja ńtà tó ńtan iná mọ́jú?*

**1411.** **What is with the cat getting burnt to death with the house? Does it want to pick up some trousers or some other items?** Things often have deeper underlying causes than they appear. *Kí l'ológbò ńwá tó fi jó'ná mọ'lé; ṣé ṣòkòtò ló fẹ́ mú ni àbí ẹrù ló ńdì?*

**1412.** **What is a bald-headed person looking for at the barbing salon?** Things often have deeper underlying causes than they appear. *Kí ni apárí ńwá ní'sọ̀ onígbàjámọ̀?*

**1413.** **What is the cloth seller doing with a baton, do goats eat wool?** Things often have deeper underlying causes than they appear; read between the lines. *Kí ni ìyá aláṣọ ńtà, tó yọ ẹgba dání, ewúrẹ́ ńjẹ wúùlì ni?*

**1414.** **An animal that looks at the hunter derisively must have what it is relying on.** Look beyond the obvious. *Ó lóhun tí ọmọ ẹranko gbé ojú lé, kó tó ṣe ẹnu gbẹndu si ọlọ́dẹ.*

**1415.** **A mad man will not mind getting to the market; his relations simply will not let him.** Often there are more to things than they appear. *Ó wu aṣiwèrè kó ru igbá rẹ̀ wọ ọjà, àwọn ará ilé rẹ̀ ni kò jẹ́.*

**1416.** **A mad man would love to get a haircut, he is simply too busy.** Often there are more to things than they appear. *Ó wu wèrè kó gẹ irun rẹ̀, ọ̀nà ló pọ̀.*

**1417.** **A slave would love to act like a son, but his status will not let him.** Often there are more to things than they appear. *Ó wu ẹrú kí ó ṣe bí ọmọ, orúkọ rẹ̀ ni kò jẹ́.*

**1418.** **One would have loved to eat one's meat for long, but for the need to swallow it eventually.** Often there are more to things than they appear. *Ó wu ni kí á jẹ ẹran pẹ́ lẹ́nu, ọ̀nfà ọfun ni kò jẹ́.*

**1419.** **What is beyond the number six is more than seven.** Quite often, there is more to an issue than is obvious. *Ohun tó wà lẹ́hìn ẹ̀fà, ju èje lọ.*

**1420.** **We often spread the eyes before a guest before the mat (spread for guest's reception).** The eyes of the host will easily show whether or not a guest is welcomed; be conscious of what is not ordinarily obvious. *Ojú là ńtẹ́ fún àlejò, kí a tó tẹ́ ẹní.*

1421. **The stew with insufficient oil will be obvious from its appearance.** It does not take too long to identify whatever is not acceptable. *Ojú la ti ńmọ ọbẹ̀ tí kò l'épo l'ójú.*

1422. **The eyes that will serve one until old age will not be rheumy while one is still young.** What will endure will be known early enough. *Ojú tí yóò bá'ni ka'lẹ́, ki í ti àárọ̀ ṣe ipin.*

1423. **Once the host begins to show the guest a left-over yam, it is time to leave.** Be perceptive, learn to see what has not been shown, and hear what has not been said. *Tí onílé bá ti ńfi àpárí iṣu han àlejò, ilé ti tó lọ nìyẹn.*

1424. **Asked why the load on his head was misaligned, a knock-kneed person pleaded, "You are looking up, rather than down!".** Look beyond the obvious; often, there's more than what is ordinarily obvious in life's affairs. *Wọn bérè lọ́wọ́ amúùnkún pé ẹrù ẹ̀ wọ́, ó ní "Òkè lẹ ńwò, ẹ ẹ̀ wo ìsàlẹ̀!".*

# CHAPTER FOURTEEN

---

# Appearance, Association and Team Building

## APPEARANCE CAN BE DECEPTIVE

1425. **The cats' relative smallness to dogs is not for want of food; that is how cats are (genetically).** Appearance can be deceptive; look beyond the obvious. *Àìsanra tó ajá ológìnní, kì í ṣe ti àìjẹun kánú, bí ìran rẹ̀ ṣe mọ ni.*

1426. **The palm kernel is truly small, but it is beyond what the knife can handle.** Appearance could be deceptive. *Bíntín lèkùrọ́, ṣùgbọ́n apá ọ̀bẹ ò ka.*

1427. **Being short in height does not connote not being an adult.** Appearance can be deceptive. *Àìgùn kọ́ ni àìdàgbà.*

1428. **The tiger merely looks like the leopard but cannot act like it.** Appearance can be deceptive. *Àmọ̀tẹ́kùn fi ara jọ ẹkùn; kò lè ṣe bí ẹkùn.*

1429. **To be expensively attired does not connote wealth or importance.** Appearance can be deceptive. *Aṣọ ńlá kọ́ l'èyàn ńlá.*

1430. **Whatever clothes are found on the vulture belongs to it.** If it seems like it, and sounds like it, it must be it. *Aṣọ táa bá rí l'ára igún, ti igún ni.*

**1431.** **If slaves are look-alikes (or share similar character traits), they are from the same home.** If it looks like it, it probably is. *Bí ẹrú bá jọ ẹrú, ilé kan náà ni wọn ti wá.*

**1432.** **If one lacks what elders ought to have one will seem like a youth.** Appearance quite often determines. *Bí a kò ní nǹkan àgbà, bí èwe là ńri.*

**1433.** **How big a leaf is, is not necessarily how useful it is.** Appearance is often irrelevant. *Bí ewé ṣe tóbi tó, kọ́ ló ṣe wúlò tó.*

**1434.** **When a fish moves in the river, (by the waves produced) one can have a feel for how big it is.** The magnitude of something can be estimated by a feel for its impact. *Bí ẹja bá sọ lódò, à á mọ ohun tó tó.*

**1435.** **The earthworm may be as long as the snake, but their respective venoms differ in potency.** Appearance can be deceptive. *Èkòló lè gùn tó ejò, ṣùgbọn oró inú wọn yàtọ̀.*

**1436.** **The tiny mouse is not an offspring of the rat; its smallness is genetic.** Appearance can be deceptive; look beyond the obvious. *Èlírí kì í ṣe ọmọ eku, bí ìran ẹ̀ ṣe mọ ni.*

**1437.** **Leaves share the same colour, but they do not look alike.** That some things share some attributes, does not imply that they are similar; appearance can be deceptive. *Ewé fi àwọ̀ jọ ara, ṣùgbọn wọn ò fi ojú jọ ara wọn.*

**1438.** **The goat that bleats the loudest is not necessarily the most famished.** Appearance is not reality; empty vessels make the most noise. *Ewúrẹ́ tó lè kígbe jù, kọ́ lebi ńpa jù.*

**1439.** **Bitter-leaf is not bitter out of cowardice.** Appearance can be deceptive. *Ewúro ò fi tojo korò.*

**1440.** **Whoever offered one a clenched fist would have given whatever was in the fist (if it was not empty).** Appearance can be deceptive; be perceptive. *Ẹni tó dìkúùkù tó ní ká gbà, tó bá ní nǹkan ńbẹ̀ yóò ti fún'ni.*

1441. **Birds do not ordinarily perch on rooftops, they are eavesdropping.** Appearance can be deceptive. *Ẹyẹ kì í dédé bà l'òrùlé, ọrọ l'ẹyẹ ngbọ.*

1442. **Though all lizards lie prostrate; it is difficult to know the one with stomach-ache.** You cannot judge a book by its cover; appearance can be deceptive. *Gbogbo aláǹgbá ló ńfi àyà délẹ̀, a kò mọ èyí tí inú ńrun.*

1443. **All the ablutions of the cat were mere ploys to steal some meat.** Sycophancy exists, therefore be perceptive. *Gbogbo àlùwàlá ológbò, kò kọjá à ti kẹran jẹ.*

1444. **It is not all those who are sleeping, who snores.** Appearance can be deceptive. *Gbogbo àwọn tó ńsùn, kọ́ ló ńhanrun.*

1445. **It is not everyone with quiet disposition who is kind-natured.** Appearance can be deceptive. *Gbogbo èèyàn oníwà tùtù, kọ́ lonínúure.*

1446. **Not all that glitters is gold.** Appearance can be deceptive. *Gbogbo ohun tó ńdán kọ́ ni wúrà.*

1447. **The nose must be wicked for not allowing one to sniff out wicked fellows.** It is impossible to know who anyone is from the face. *Imú ní ìkà, tí kò jẹ́ kí a gbọ́ òórùn aṣebi.*

1448. **The lice on the head cannot burn down the house.** Appearance is not reality; it sounds like fire does not make it fire. *Iná orí, kò ní jó ilé.*

1449. **The tail of the lizard is not as big as that of the crocodile, they merely look alike.** Appearance is not necessarily reality. *Ìrù aláǹgbá ò tó ti ọ̀ọ̀nì, jíjọ ló jọ ara wọn.*

1450. **A diminutive elephant is no peer to a leopard.** Appearance can be deceptive. *Kékéré àjànàkú, kì í ṣe ẹgbẹ́ ẹkùn.*

**1451.** **The reddened eyes cannot light up tobacco (or cigarette).** Appearance is not necessarily reality. *Ojú tó pọ́n ò lè ran tábà.*

**1452.** **A chief may be small in stature, but his chieftaincy title is not small.** Appearance can be deceptive. *Olóyè lè kéré, ṣugbon oyè rẹ̀ kì í kéré.*

**1453.** **Madness is different from the muslim's early morning fasting songs; these songs are not madness and fighting is different from playing.** Appearance is not necessarily reality; sounds like or spells like madness does not make it so. *Wèrè yàtọ̀ sí wéré; wéré kì í ṣe wèrè, ìjà yàtọ̀ sí eré.*

**1454.** **The hen has been long in existence; its head simply remains diminutive.** Appearance (or first impression) can be deceptive. *Adìyẹ ti dé ilé ayé pẹ́, orí rẹ̀ ni kò tóbi.*

•••●●●•••

## APPEARANCE DICTATES RECEPTION

**1455.** **How the vulture appeared was why arrows were shot at it.** How one appears is how one is addressed. *Rírí tí a rí igún, la fi ńta igún lọ́fà.*

**1456.** **Whoever carries himself as a bush rat, will be offered palm kernel.** Be wise; the way you present yourself is how you will be received. *Tí èyàn bá rin ìrìn òkété, wọ́n á fi èkùrọ́ lọọ́.*

**1457.** **Whatever made a wise man to sleep and ended up with his clothes burnt was what made a foolish man to reprove him as sleeping unconscionably.** How you appear is how you will be addressed. *Ohun tó mú kí ọlọ́gbọ́n sùn, tó faṣọ jóná, ló mú kí òmùgọ̀ sọ fún un pé ó sun àsùnpara.*

**1458.** **A guest who appears like a rabbit will be offered palm kernel.** How you appear dictates how you will be received. *Àlejò bí òkété là ńfi èkùrọ́ lọ.*

1459. **However the owner of a calabash takes it that is how others take it; either for washing hands or for eating.** How you treat your matters, dictates how others will handle them for you. *Bí onígbá bá ṣe gbe igbá rẹ̀, ni wọ́n ṣe máa bá a gbe, bóyá fún ìwẹwọ́ tàbí fún ìjẹun.*

1460. **Whoever detests embarrassments should not tread the path of dishonour.** Appearance dictates experience. *Ẹni tó kóriira ìwọsí, kó yẹ ko máa rìn ní ipasẹ̀ àrínfin.*

1461. **As we walk, so we meet people.** Our 'appearance' determines our association. *Ìrìn a rìn, làá ko'ni.*

1462. **The sheep had seen Seidu for who he is, before snapping up the yam out of his hand.** Watch your appearance and comportment; quite often, they determine your experience. *Àgùtàn ti rí Sèìdù bẹ́ẹ̀, kó tó gba iṣu ọwọ́ ẹ jẹ.*

1463. **Rags discredit good personality.** Appearance dictates experience; care about your appearance. *Àkísà ńba ẹni rere jẹ́.*

1464. **Carrying pads are made out of rags.** Appearance dictates experience. *Àkísà aṣọ la fi ńṣe òṣùká.*

1465. **Only a face with tender skin gets assaulted by pimples.** The way we appear is how we are addressed; a soft-hearted person gets easily exploited. *Ojú tó rọ̀, ni irorẹ́ ńsọ.*

1466. **One's appearance determines how one is received.** Appearance determines reception. *Ìrínisí ni ìsọnilójọ̀.*

1467. **A poor man's rafters are not accepted for roofing early in the day.** Poor man's opinion is not generally respected; the way you appear is how you are received. *Ẹkẹ otòṣì kì í to ilé l'ówùúrọ̀.*

1468. **If you sell yourself as a used item, you can no longer repurchase yourself as an item of value.** How you present yourself determines how you will be received. *Tí èyàn bá ta ara rẹ̀ ní àlòkù, kò lè rí i rà l'ọwọ́ọ̀n.*

••●●●••

# FAMILIARITY BREEDS CONTEMPT

**1469.** **You cannot own a tree in the forest (or farm) and not recognise its fruit.** We are generally familiar with the behaviour of the people we know. *A kì í ní igi ní igbó, kí a má mọ èso rẹ̀.*

**1470.** **Familiarity breeds contempt, distance brings respect.** Whatever is easily available is seldom appreciated. *Àsúnmọ́ di ẹtẹ́, òkèèrè ni í dùn.*

**1471.** **The domestic goat has no respect for the hunter at home.** Familiarity breeds contempt. *Ewúrẹ́ ilé, kò mọ iyì ọdẹ ní ilé.*

**1472.** **To bathe together with a youngster is to expose one's nudity to the youngster.** Familiarity breeds contempt. *Ìwẹ̀ àwẹ̀pọ̀, ní í mú ọmọdé rí ìhòòhò àgbàlagbà.*

**1473.** **We seldom appreciate what we have, until we lose the thing.** Familiarity breeds contempt. *Èyàn kì í mọ iyì ohun tó ní, à fi tó bá sọọ́ nù.*

**1474.** **Whoever dances with a baby is the person the baby becomes familiar with.** Get close to get familiar. *Ẹní gbé ọmọ jó, lọmọ ńmoju.*

**1475.** **Whoever does not have up two items of clothing, will not refer to the only one he has as a rag.** The less familiar something is, the more it is appreciated. *Ẹni tí kò bá l'ásọ méjì, kò lè sọ pé aṣọ òun jẹ́ àkísà.*

**1476.** **Only at home is the hen without honour.** Familiarity breeds contempt. *Ilé l'adìyẹ kò ti níyì.*

**1477.** **It cannot be much and be tasty; a tasty stew is moderate in quantity.** Reduce the supply of anything to increase its value. *Kì í pọ̀ kó dùn, ṣíún lọbẹ̀ oge.*

**1478.** **It is more honourable for the moon to show up and recede; it loses honour, when it is static and not receding.** Familiarity breeds contempt; know when to quit. *Kó wá, kó lọ, ni iyì òṣùpà, tí òṣùpá bá ti di àrànmọ́jú kò níyì mọ́.*

1479. **What is covered up (or concealed) is what gets treated with honour.** Familiarity breeds contempt; what is easily available loses value. *Ohun tí a bá bò, ló ńníyì.*

1480. **A man with shoes despises thorns; those we love are the ones who take us for granted.** Familiarity breeds contempt. *Oníbàtà ló ńfojú di ẹgún; ẹni táa bá fẹ́ ló ńfojú di'ni.*

1481. **Close contact to the leopard is why it is held in contempt.** Familiarity breeds contempt. *Sísún mọ ẹkùn, ló ńjẹ́ kí wọ́n rí ẹkùn fín.*

1482. **If one eats with a young person in the farm, the features of one's nose is what he (or she) will be gazing at.** Familiarity breeds contempt. *Tí a bá ńbá ọmọdé jẹun lóko, ganmugánmú imú ẹni lá máa wò.*

1483. **If a slave dwells long in a home, he will dare insult his benefactor's forebears.** Familiarity breeds contempt. *Tí ẹrú bá pẹ́ n'ílé, á bú alájọbí.*

———————————•••●●•••———————————

# ASSOCIATION AND ITS IMPACT

1484. **A sheep will not lie in the midst of dogs and not get dog ticks on itself.** We cannot but reflect the company we keep. *Àgùtàn ò ní sùn láàrín ajá, kó má fi ara kó eégbọn.*

1485. **A sheep that moves with dogs will eat faeces and a dog that moves with goats will eat yam peelings.** Ultimately, we will reflect the company we keep. *Àgùtàn tó bá bá ajá rìn á jẹ ìgbẹ́, ajá tó bá bá ewúrẹ́ rìn á jẹ ẹpo iṣu.*

1486. **A white cloth and stains never agree.** Association requires a sharing of values; good cannot cohabit with evil. *Aṣọ funfun òun àbàwọn kì í rẹ́.*

**1487. Houses that are not in close proximity seldom get engulfed with fire together.** We are moulded by our association. *Bí ilé kò bá kan ilé, kì í jó àjóràn.*

**1488. The gall bladder messes up meat parts by its closeness to them.** The association we keep greatly influences our values. *Bí òrónró ṣe sún mọ́ ẹran tó, ló ṣe ńba ẹran jẹ́.*

**1489. What friendship is the dog having with leopards (since dogs are games to leopards)?** Be perceptive; some associations can be destructive. *Eré e kí lajá ńbá ẹkùn ṣe?*

**1490. What friendship is the kite having with chicks (since kite preys on chicks)?** Be perceptive; some associations can be destructive. *Eré e kí làṣá ńbá ọmọ adìyẹ ṣe?*

**1491. The yam we are eating soils our hand with palm oil; the clothes we are dyeing makes us dip our hands into dye.** Association has material impact on us; association will not leave us the same way. *Iṣu ẹni ló ńtọwọ́ ẹni í bọ epo; aṣọ ẹni ló ńtọwọ́ ẹni í bọ aró.*

**1492. The sharing of common character traits is what makes for friendly relationships.** We are comfortable with those with whom we share similar values; show me your friends, and I'll tell you who you are. *Ìwà jọ ìwà, ni í jẹ́ ọ̀rẹ́ jọ ọ̀rẹ́.*

**1493. Whatever befalls the eyes has befallen the nose, as well.** Whatever affects someone, will impact those close him or her. *Ohun tó bá dé bá ojú, ó ti dé bá imú.*

**1494. The wife should be asked about whatever made a slave out of her husband.** Those close to someone typically wield marked influence over the person. *Ohun tó bá sọ baálé ilé di ẹrú, ẹ bèèrè lọ́wọ́ ìyàwó rẹ̀.*

**1495. Whatever deprives the host of his clothes is what gives a hand fan to the guest.** Whatever affects someone, affects those close to him or her. *Ohun tó gba'ṣọ l'ara onílé, ló fi abẹ̀bẹ̀ lé àlejò l'ọ́wọ́.*

1496. **Whoever claimed his friend was put to shame, but he was not, certainly has no shame.** Whatever affects anyone close to one has affected one, too. *Ojú ti ọrẹ́ mi, ojú kò tì mí, olúwa rẹ̀ kò lójútì ni.*

1497. **The steamed bean cake that gets mixed with the corn meal becomes inseparable from it.** Association modifies character. *Ọ̀lẹlẹ̀ tó bá wọ inú ẹkọ, kò tún jáde mọ́.*

1498. **If the spinach does not want to be in shame in the midst of other vegetables, it will steer clear of strange leaves.** Watch the company you keep. *Tẹ̀tẹ̀ tí kò bá fẹ́ tẹ̀ láwùjọ ẹfọ́, á yẹra fún àwọn ewé kéwé.*

1499. **If the leaf wrapping stays long on the soap, it becomes soap as well.** We become more like those with whom we associate. *Bí ewé bá pẹ́ lára ọṣẹ, á di ọṣẹ.*

———————————————•◦●●◦•———————————————

# RELATIONSHIPS

1500. **How the yam feels is known by the knife; ask the man on how his wife feels.** Those close to someone are better placed to know how the person feels. *Bó ṣe ńṣe iṣu, ọbẹ̀ ló ńyé; bó ṣe ńṣe ìyàwò, ọkọ rẹ̀ ló mọ̀.*

1501. **One takes after one's parents.** Output will bear the marks of the source. *Ẹni bí'ni là ńjọ.*

1502. **Even if one's close relatives are not notable, they still cannot be compared to mere companions.** Blood is thicker than water. *Ẹni mi o ṣẹ'ni, èyàn mi ò ṣèèyàn, a kò lè fi wé aláàárò lásán.*

1503. **Whoever assaulted the king's servant has assaulted the king.** The agent carries the authority of his principal. *Ẹni na ìránṣẹ́ ọba, ọba ló nà.*

1504. **A person who should provide one with sweet oranges, rather feeds one with soured ones.** Relationships can sometimes prove disappointing. *Ẹni tí à bá fi ẹ̀yìn tì, kí a mu dídùn ọsàn, tó wá ńfún'ni ní kíkan mu.*

1505. **True friends are known during times of deprivation; when things are really rough is when we'll know those who truly care.** Difficult times have one good use: they point out those who truly care. *Ìgbà ìpọ́njú là ńmọ ọ̀rẹ́; ojó tó bá burú là ńmọ ẹni tó fẹ́'ni.*

1506. **A woman who has one child for a man is no longer his concubine.** Children further cement a loving relationship. *Ẹni bí ọmọ fún'ni, ti kúrò l'àlè ẹni.*

1507. **To be caring is superior to providing financial support.** Personal relationships are superior to wealth. *Aájò ju owó lọ.*

1508. **Wealth is crucial, but it is nothing like human relationships.** Human relationships are superior to wealth; do not trade relationships for wealth. *Owó tóbi, ṣùgbọ́n kò tó èèyàn.*

1509. **No one adorns the waist of some other child with beads, simply because his or her child has a big waist.** No matter how bad things are, those close to one will remain one's priorities. *Ọmọ ẹni kò lè ṣe ìdí bẹ̀bẹ̀rẹ̀, kí a wá kó ìlẹ̀kẹ̀ sí ìdí ọmọ ọlọ́mọ.*

1510. **Our friends help us build our wealth; our family helps us gather them.** Our family members are the ones often directly affected by our situations in life. *Ọ̀rẹ́ ẹni ni í bá'ni pilẹ̀ ọlà; ará ilé ẹni ni í kó o.*

1511. **A friend who does one no good and an enemy who does one no harm are one and the same.** Make positive impacts in your relationships. *Ọ̀rẹ́ tí kò ṣe'ni lóore àti ọ̀tá tí kò ṣe'ni ní ìkà ẹgbẹra ni wọ́n.*

1512. **One becomes a talkative in the company of one's close companions.** We are often at ease in the company of friends. *Tí a bá ti rí ọlọ́rọ̀ ẹni, sọ̀rọ̀ sọ̀rọ̀ la ńdà.*

1513. **One cannot have one's person where oranges are and eat sour oranges.** Be dependable and gracious. *A kì í ní ẹni ní ìdí ọsàn, kí á mu kíkan.*

**NETWORKING AND SUPPORT**

1514. **One cannot have a hoe in the house and had to pack faeces with one's hands.** Adequate support shields. *A kì í l'ọ́kọ́ nílé, kí a fi ọwọ́ kó imí.*

1515. **A needle affixed with a thread, never gets lost.** People with traceable supports (or background) can be more reliable. *Abẹ́rẹ́ tó lókùn ní ìdí, kì í sọnù.*

1516. **A ladder that rests on both the ground and the wall cannot easily fall off.** Good support empowers and protects; leverage on it. *Àkàsọ̀ tó bá fi ara ti ilẹ̀, tó bá fi ara ti ilé, kò lè yẹ̀ dànù.*

1517. **A potsherd that faces the wall is supporting the wall.** Those not opposing us are for us. *Àpáàdì tó bá dojú tí ògiri, ti ògiri ni í ṣe.*

1518. **Humans provide better cover than clothes.** Human relationships are crucial. *Èèyàn bo'ni lára ju aṣọ lọ.*

1519. **A person with good backing will not be easily exposed to shame.** Human networks provide good cover. *Ẹni lẹ́ni lẹ́hìn, kì í ṣe ẹsín ilu.*

1520. **If one refrains from a relationship that is not profitable, one cannot sustain any material loss.** Be focused on high-yielding relationships. *Ẹni tí kíkí rẹ̀ ò yó'ni, àìkí rẹ̀ ò lè pa'ni lébi.*

1521. **Whoever has clothes but lack human relationships is naked.** Human networks are crucial. *Ẹni tó láṣọ tí kò léèyàn, ìhòhò ló wà.*

1522. **As the bank spurs the flow of a river, so the glory of a father inspires his son.** Good pedigree often makes a difference; create one (for your progenies). *Ọlá abàtà ni í mú odò ó ṣàn, ọlá baba ọmọ ni í mú ọmọ ọ yan.*

1523. **If a dog gets good backing it will easily kill a monkey.** Good backing often makes the difference. *Tí ajá bá lẹ́ni lẹ́hìn yóò pa ọbọ.*

**1524. A make-shift fence that is not backed by a tree collapses, eventually.** Good networks provide support. *Tí kò bá sí igi lẹ́hìn ọgbà, wíwó ni í wó.*

**1525. The fly that associates with a hunter is the one that gets to drink blood, contentedly.** Networking is crucial; connect duly to meet your goals. *Eṣinṣin tó ńbọ́dẹ̀ rìn, ló ǹmu ẹ̀jẹ̀ àmuyó.*

**1526. Whoever has companions already has a family.** Human networks are crucial. *Ẹni bá ti l'árá, ó ti l'ẹbí.*

**1527. Whoever planted the mahogany tree in front of one's house really wants to give one shade.** Whoever seeks your good is a friend; build good networks. *Ẹní gbin igi gẹdú sí ojúde ẹni, fẹ́ fún'ni ní ìbojì ni.*

**1528. Dàda (name of a fellow) is incapable of fighting but has a brave brother (to defend him).** Backup support is helpful. *Dàda ò lè jà, ṣùgbọ́n ó l'aburo tó gbójú.*

**1529. One eats with a friend because of the pleasure of friendship not because one lacks.** Offer of friendship should not be misconstrued as an attempt to curry favours. *Dídùn ló dùn tá ńbá ọ̀rẹ́ jẹko, ti ilé oge to óge jẹ.*

---- ••●●●•• ----

# LACK OF GOOD SUPPORT/NETWORK

**1530. If we lack good network, the efforts to build wealth can be stifled.** Good support and networks matter. *Bí a kò bá rí ẹni bá là, ọ̀là kì í yá.*

**1531. If water continues to back the cat fish, it will live long.** Good support (or network) matters. *Bí omi bá ńbẹ lẹ́hín ẹja àrọ̀, á jayé pẹ́.*

**1532. The loss of water's backing is why the fish became an item in a cooking pot.** Good support (or network) matters. *Omi ló tán lẹ́hìn ẹja, tí ẹja fi di èrò ìṣasùn.*

1533. **Once water no longer backs the fish, it will simply be picked up (in the river) with mere hands.** Good support and network matter; absence of good support could make one vulnerable. *Lọjọ́ ti omi bá tán lẹ́hìn ẹja, ọwọ́ lásán ni wọ́n máa fi mú u.*

1534. **Only a dog that has no backing loses out, the one with good backing can very well kill a monkey.** Good support empowers. *Ajá tí ò lẹ́ni lẹ́hìn ni í pòfo, èyí tò lẹ́ni lẹ́hìn á pa ọ̀bọ.*

1535. **With no one to lean on, one would appear lazy.** Good support/network makes a difference. *Tí a kò bá rí ẹni fi ẹ̀hìn tì, bí ọlẹ là ńrí.*

---

## TEAM BUILDING AND TEAM SPIRIT

1536. **If the world would back the cockroach, it would kill the hen.** Good backing empowers. *Tí ayé bá wà lẹ́hìn aáyán, yóò pa adìyẹ.*

1537. **Whoever is made a warrior should not be unable to trample a rat to death.** Place a square peg in a round hole. *A kì ì fi èyàn jẹ jagun jagun, kó má lè tẹ eku pa.*

1538. **We cannot have the hen around and pour out corns to the dog.** A round peg in a round hole. *A kì í rí adìyẹ nílẹ̀, kí a da àgbàdo fún ajá.*

1539. **No matter how big an eye, two eyes are better than one.** Together, we can do more. *Bó ti wù kí ojú kan tóbi tó, ojú méjì sàn ju ojú kan lọ.*

1540. **Birds cannot fly with one wing.** We need one another; together we can do more. *Ẹyẹ kò lè fi apá kan fò.*

1541. **A tree does not make a forest.** Be a team player; together we do more. *Igi kan kì í dá igbó ṣe.*

**1542.** **The addition of locust beans and melon seed flavours (or several condiments) is what gets the soup ready.** Together we achieve more; interplay of contributions make for excellent result. *Irú wá, ògìrì wá, lobè fì ńdélè.*

**1543.** **No one person can single-handedly scoop out a flowing stream.** Foster teamwork and cooperation; together we can do more. *Kò sí ẹni tó lè dá gbọ́n odò tó ńṣàn.*

**1544.** **One may only pat one's chest with the entire hand.** There's safety in numbers; together we can do more. *Àgbájọ ọwọ́ la fì ńsọ àyà.*

**1545.** **Vegetables do not chase one another off the plate of soup.** Be ready to share; together we can do more. *Èfọ́ kì í lé ẹfọ́ l'àwo.*

**1546.** **One individual cannot be referring to himself with "We have come"; the gathering of a lot of people is what is referred to as a group.** Together, we can do more. *Ẹni kan kì í jẹ́ 'àwá dé', ọpọ̀ èèyàn ni í jẹ́ jànmọọ́.*

**1547.** **One single person cannot wage a war.** Together, we can do more. *Ẹni kan ṣoṣo, kì í ṣí 'gun.*

**1548.** **It takes a bunch of broomsticks to sweep the floor, clean.** Encourage teamwork. *Òṣùṣù ọwọ̀ la fì ńgbá ilè, ti ilè fì ńmọ́.*

**1549.** **A knife cannot be so sharp as to carve its handle.** We need one another; no man is an island; be willing to accept help from others. *Ọ̀bẹ kì í mú, kó gbẹ́ èkù ara rẹ.*

**1550.** **The wisdom of both the youth and elders were used to redeem Ife town.** Everyone, both elders and youths are needed. *Ọmọdé gbọ́n, àgbà gbọ́n, la fì dá ilè Ifè.*

**1551.** **The hands are clean when the right and the left hands wash each other.** Foster team spirit; together we do more. *Ọ̀tún wẹ òsì, òsì wẹ ọtun, ni ọwọ́ fì í mọ́.*

**1552.** **One hand cannot easily place a luggage on the head.** Seek cooperation; together, we can do more. *Ọwọ́ kan, kò lè gbé ẹrù d'órí.*

**1553.** **A child's hand cannot reach the shelf, as an elder's hand cannot enter a gourd.** Everyone is crucial; no one can do it all, but together we can do more. *Ọwọ́ ọmọdé kò tó pẹpẹ, ti àgbàlagbà kò wọ akèrègbè.*

**1554.** **If creeping plants would unite, they would easily tie up an elephant.** Unity strengthens; together, we can do more. *Tí ìtàkùn bá pa ẹnu pọ̀, wọ́n a mú erin so.*

## BUILDING TRUST

**1555.** **To be open when hurt is the tonic for friendship; to honestly report when wronged is a mark of love.** Be open and honest in your relationships; build trusts. *Ṣẹ̀ mí nbi ẹ́, loògùn ọ̀rẹ́, ṣẹ̀ mí kí ńsọ fún ẹ, ṣe òun lẹ'ni tó fẹ́'ni.*

**1556.** **We should not be suspicious of those we associate with and we should not associate with those we are suspicious of.** Build trust. *A kì í fura sí ẹni tí a ńbá rìn; ẹni tí a bá ńfura sí, a kì í bá irú wọn rìn.*

**1557.** **A friend of three years is not one to be completely trusted and an enemy of six months is not one to be attacked with charms (or completely distrusted).** Avoid rash decisions; be moderate. *Ọ̀rẹ́ ọdún mẹ́ta, kò tó ẹni tí à ńgbára a lé, ọ̀tá oṣù mẹ́fà kò tó ẹni tí à ńsà à lóògùn.*

# PART 3

## FINISHING WELL

# CHAPTER FIFTEEN

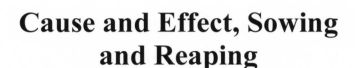

# Cause and Effect, Sowing and Reaping

## CAUSE & EFFECT

1558. **One cannot be slapped in the face and the knee bleeds.** An effect is caused. *A kì í gbá'ni l'ójú, kí orúnkún ṣ'ẹ̀jẹ̀.*

1559. **A hen that is defecating into a cooking pot is desecrating its 'grave'.** We ultimately reap whatever we sow. *Adìyẹ tó ṣu s'ínú ìṣasùn, sàréè rẹ̀ ló ńbàjẹ́.*

1560. **The breeze that blew is what exposed the underside of the hen.** An effect is caused. *Afẹ́fẹ́ to fẹ́ ló jẹ́ kí a rí fùrọ̀ adìyẹ.*

1561. **If an elder who is making enquiries about poison does not kill himself, he will kill someone else.** Wisdom is it. *Àgbà tó fi májèlé wẹ́lọ̀, bí kò bá pa ara rẹ, yóò pa ọmọ ọlọ́mọ.*

1562. **An elder who is hiding the bean cakes, ought to cease sending children on errands.** Life is give and take. *Àgbà tó ńgbé àkàrà pamọ́, yóò sinmi rírán ọmọdé níṣẹ́.*

1563. **Any elder who prepares a 'wicked' soup, will eventually have his child eat out of it.** We reap what we sow. *Àgbà tó ro ẹ̀fọ́ ìkà, bó pẹ́ bó yá ọmọ rẹ̀ á jẹ ní ibẹ̀.*

1564. **A sheep that wants to be sounding like wolves should be prepared for the hunters' arrows.** Every choice will most-assuredly produce its consequence. *Àgùtàn tó fẹ́ máa dún bi ìkokò, á múra sílẹ̀ fún ọfà ọlọ́dẹ.*

1565. **A dog that normally wags its tail at one, but now barks at one has its reasons.** Unusual events are traceable to specific causes. *Ajá tó rí'ni tó ńju ìrù, tó wá rí'ni tó ńgbó, ó lóhun tó rí.*

1566. **Only the person who slaps gets seen; no one sees the person who pinches one.** Wisdom is it. *Alábàrá l'ayé ńrí; kò s'ẹni tó rí ẹni tó ńyín'ni l'éèkánná.*

1567. **The problem caused by a one-legged lame, would be the responsibility of the two-legged people close to him.** Our actions often have consequences extending beyond ourselves. *Arọ ẹlẹ́sẹ̀ kan tó lọ dá'ràn, ọrùn ẹlẹ́sẹ̀ méjì ló dáa sí.*

1568. **The hearth does not burn without reason, it is lighted by man.** There is no effect without a cause. *Àrò kì í jó lásán, ọmọ aráyé ni í fọn'ná sí i.*

1569. **Actions cannot be carried out with impunity, but may be covered up (for a while).** Nothing can be permanently covered up; we reap whatever we sow. *Àṣegbé kànkan ò sí, àṣepamọ́ ló wà.*

1570. **Actions result in consequences; whoever defecates on the floor will soon have to cope with flies.** We reap whatever we sow, ultimately. *Àṣesílẹ̀ làbọwábá; ẹni ṣu sí ilẹ̀, á padà wá bá eṣinṣin.*

1571. **Neither acts of kindness nor those of wickedness shall be lost.** We reap whatever we sow. *Àt'oore àt'ìkà, ìkan kì í gbé.*

1572. **If we do not disrespect an elder, he or she will not be angry.** There is a cause for every effect. *Bí a kò bá tẹ aṣọ àgbà mọ́'lẹ, àgbà kì í bínú.*

1573. **If there are no unusual reasons, the elephant's head cannot ordinarily be found displayed for sale.** Every effect is traceable to one or more causes. *Bí ẹṣẹ́ kò bá ṣẹ àjànàkú, ẹnìkan kì í rí orí erin lórí àtẹ.*

1574. **If the ground busts into flame, the frog will jump upon a tree.** Every action produces a consequence. *Bí ilẹ̀ bá la'ná, ọ̀pọlọ́ á fò gun igi.*

1575. **If there are no unusual reasons, the cricket cannot ordinarily have a broken "thigh".** There is always a cause for every effect. *Bí kò sí bó ti rí, ìrẹ̀ kì í ṣẹ́ nítan.*

1576. **No matter how long it takes, the righteous will not take the place of the wicked.** Everyone will most assuredly reap what he or she sows. *Bí ó ti wù kó pẹ́ tó, olóòtọ́ kò ní sùn sí ipò ìkà.*

1577. **Once the head has carried (or borne) a burden, definitely, the mouth will eat.** Reaping follows sowing. *Bí orí bá ti rù, ó di dandan kí ẹnu ó jẹ.*

1578. **The initial shame is for the tortoise; the subsequent ones are for its in-law (who exposed it to such).** We embarrass ourselves, eventually, when we expose those close to us to embarrassment; actions beget consequences. *Èébú álọ ni ti ahun, àbọ̀ ti àna rẹ̀ ni.*

1579. **Thrift contribution yields no interest; it is what each person contributes that he collects.** What you give is what you get. *Èésú ò lérè, iye tí oníkálùkù bá dá, ló máa kó.*

1580. **A rat that ignored the sheath and began to eat the knife, asked to be attended to.** Actions procure consequences. *Eku tó fi àkọ̀ s'ílẹ̀ tó ńjẹ ọbẹ, t'ẹnu ẹni ló fẹ́ gbọ́.*

1581. **A rat that makes itself an issue in a home because of fried fish will be taught a lesson by the trap.** Actions procure consequences. *Eku tó ńda onílé láàmú nítorí ẹja díndín, pàkúté ló má a kọ́ ọ lọ́gbọ́n.*

1582. **Any ear that asked for words would surely hear them.** Effects definitely result from causes. *Etí tó bá tọrọ ọ̀rọ̀, dandan ni kó gbọ́ ọ.*

1583. **Leaves do not just wither by themselves, but they do when cut off by man.** Effects are caused. *Ewé kì í dédé rọ̀, ọmọ èyàn ló jáa tó fi ńrọ̀.*

**1584. Man (by meanness) taught horses wickedness; ordinarily horses are not wicked.** What we do could spur others positively or negatively. *Èyàn ló kọ́ ẹṣin lóró, ẹṣin ò n'íkà nínú rárá.*

**1585. The pig that died during the time of the new yam, asked to be used to eat pounded yam.** Causes beget effects. *Ẹlẹ́dẹ̀ tó kú légbodò, ló ní kí a fi òun jẹ iyán.*

**1586. Whoever plants a tree ought to be able to enjoy its shade.** Reaping should result from sowing. *Ẹní gbin igi, yẹ kó lè gbádùn ibòju rẹ.*

**1587. Whoever wants to live long will not hit an old man or woman with a baton (or be disrespectful to elderly persons).** We reap what we sow. *Eni má a dàgbà, kò ní gbá arúgbó l'ọ̀ọ̀pá.*

**1588. A person, one is trying to hide, who now decides to cough is asking for some sharp reprimands.** Action generates reaction. *Ẹni tí a fi pamọ́ tó ńhú'kọ, ọ̀rọ̀kọrọ̀ ló fẹ́ gbọ́.*

**1589. Whoever has not gone cannot return.** You cannot reap, if you have not sown. *Ẹni tí kò bá lọ, kì í dé.*

**1590. Whoever has not stolen, will not be expecting curses.** You cannot reap what you have not sown. *Ẹni tí kò jalè, kì í retí èpè.*

**1591. Whoever wants free pap will be friendly with the child of the pap seller.** Life is give and take; you must sow, in order to reap. *Ẹni tí yó mu èkọ ọ̀fẹ́, yóò bá ọmọ ẹlẹ́kọ ṣeré.*

**1592. Whoever waters the ground ahead of him, will step on a wet ground.** One good turn deserves another; life is give and take. *Ẹni tó bá da omi síwájú, á tẹ ilẹ̀ tútù.*

**1593. Whoever throws stone at the roof of a house wants to hear from the house-owner.** Actions compel reactions. *Ẹni tó bá sọ òkò sí páànù, fẹ́ gbọ ohùn onílé ni.*

**1594. Whoever sells worthless items will get paid with stones.** We reap whatever we sow; one thing leads to another. *Ẹni tó bá ta ọjà erùpẹ, yóò gba owó òkúta.*

1595. **Whoever gives birth to a troublesome baby will be the one to back him.** We bear the consequences of our actions. *Ẹni tó bímọ ọ̀ràn, ló ńpọ̀n ọ́n.*

1596. **Whoever kills the donkey will have to carry his load.** An action may produce unintended and often unwanted consequences. *Ẹni tó pa kẹ́tẹ́kẹ́tẹ́, yó ru ẹrù rẹ̀.*

1597. **A person who defecated may have forgotten, but not the person who had to pack them with his hands.** Those who created a problem cannot feel the impact, as much as those who had to bear the brunt of the problem. *Ẹni tó ṣu lè gbàgbé, ṣùgbọ́n ẹni tó fọwọ́ ko, ò lè gbàgbé.*

1598. **Whoever refuses to repay a small loan has blocked the path to future larger ones.** Be faithful; actions have consequences. *Ẹni tó yá ẹgbẹ̀fà, tí kò san án bẹ́gi dí'nà egbèje.*

1599. **The goat that ate the beans is the one that made the bean soup watery.** One thing leads to another; there is a cause for every effect. *Ẹran tó mú erèé jẹ, ló mú kí gbẹ̀gìrì ṣàn.*

1600. **The wolf's bad leg is what exposed it to starvation.** Cause and effect. *Ẹsẹ̀ tó ńdun ìkookò, ló ńfi ebi pa á.*

1601. **Cooked beans do not object to filling up the pot, but those sitting by it are the ones who makes it insufficient for the household.** Every effect is traceable to one or more causes; to put a stop to an effect, address the causes. *Ẹ̀wà kò l'óun ò kún ìkòkò, àwọn tó jókòó tì í, ni kò jẹ́ kó tó gbogbo ilé é jẹ.*

1602. **To deliver something to Raji at home is what fosters the reciprocation (of Raji) to provide some other thing to be delivered to Gbada at the farm.** Life is give and take; to receive, come up with what to give. *Gbà fún Rájí ní ilé, òun ni gbà fún Gbàdà l'óko.*

1603. **Neither the standing nor the squatting position is possible for anyone who swallowed a mortar.** Certain actions do impose difficult consequences. *Ìdúró kò sí, ìbẹ̀rẹ̀ kò sí, fún ẹni tó gbé odó mì.*

**1604. A son should not be scared of his father's house, if there are no other issues involved.** Every situation can be traced to one or more causes. *Ilé baba ọmọ kì í ba ọmọ l'ẹ̀rù, tí kò bá sí nnkan míràn ńbẹ̀.*

**1605. The salt lost its savour, which is why the soup tasted flat in the mouth.** There is a cause to every effect. *Iyọ̀ ló sọ adùn rẹ̀ nù, tí ọbẹ̀ fi tẹ́ lẹ́nu.*

**1606. Rain gathers as cloud to warn the deaf; the cloud rumbles to warn the blind.** There is a cause for every effect. *Nítorí adití lòjò ṣe ńṣú; nítorí afọ́jú ló ṣe ńkù.*

**1607. The soup got exhausted because of the pounded yam.** Cause and effect; there is a cause for every effect. *Nítorí iyán, l'ọbẹ̀ ṣe tán.*

**1608. Whatever caused someone to steal the yams prepared for planting is what caused the person that bought them not to pay.** Actions compel reactions. *Nnkan tó ṣe eni tó jí èbù tà, náà, ló ṣe ẹni tó ràá, tí kò san owó.*

**1609. Whatever made the falling rain to crash a tree to the ground is what makes the flood water, to wash the tree away.** There is often a web of intended and unintended consequences to an action. *Nnkan tó ṣe òjò tó rọ̀ tó fi wó igi, náà ló ṣe àgbàrá òjò tó fi wọ́ igi náà lọ.*

**1610. The adverse turn of events is what placed the foetus in a breech position; breech positions are not normal for foetuses.** There is a cause for any abnormal or unusual situation. *Ó dà l'ọmọ d'ẹ̀gbẹ́, ẹ̀gbẹ́ kì í ṣe ilé ọmọ.*

**1611. Whatever a bird eats is what it flies with.** We cannot do more than what we are empowered to. *Ohun tí ẹyẹ bá jẹ, l'ẹyẹ máa gbé fò.*

**1612. Whatever keeps the farm small is what keeps it from being clean.** To every effect there is a corresponding cause or causes. *Ohun tí kò jẹ́ kí oko tóbi, ni kò jẹ́ kó mọ́.*

**1613. Whatever a corpse encounters in the grave is caused by death.** Every choice comes with one or more unavoidable and unintended consequences. *Ohun tí òkú bá rí ní isà, ikú ló báa wa.*

**1614.** **What happened is what asked to be attended to; it is improper to night-crawl.** Actions compel reactions. *Ohun tó dé, ló ní kí a wá rí òun; ìrìn òru ò yẹ ọmọ èèyàn.*

**1615.** **The rain that fell on the broken wall is what made it an object of climbing by the goat.** A little issue may give rise to a major embarrassment. *Òjò ló pa àlapà tó fì di àmúgùn fún ewúrẹ́.*

**1616.** **The rain that is falling is why the pidgeon gets kept in the same cage with the hen.** Some consequences can be humbling. *Òjò tó rọ, ló jẹ́ kí àgò da ẹyẹlé pọ mọ́ adìyẹ.*

**1617.** **Scars cannot look like normal skin.** Wounds typically leave scars; to prevent the scars of life, avoid the wounds. *Ojú àpá, kò lè jọ ojú ara.*

**1618.** **A rope cannot be so long and not have a beginning.** Every effect has a cause; nothing happens for nothing. *Okùn kì í gùn títí, kó máà ní ibi tí a ti fàá wá.*

**1619.** **Water does not taste bitter in the mouth without a reason.** There is a reason for every seeming anomaly. *Omi kì í korò lẹ́nu, láì ní ìdí.*

**1620.** **Water never intended cooking fish until done; water was indeed under stress.** Some consequences are actually unintended. *Omi ò sọ pé òun yóò se ẹja jinná; ìnira ló dé bá omi.*

**1621.** **A knife does not injure anyone without a reason; it depends on how it is handled.** How things or situations are handled determines the experience with them; effects are caused. *Ọ̀bẹ kì í dédé gé èyàn lọ́wọ́, bí a bá ṣe gbáamú ni.*

**1622.** **Every day is for the fish, one day for the fish-hook.** Those who revel in wicked ways will one day have to face the consequence. *Ọjọ́ gbogbo ni ti ẹja, ọjọ́ kan ni ti ìwọ.*

**1623.** **Every day is for the thief, one day for the owner.** Those who revel in wicked ways will one day have to face the consequence. *Ọjọ́ gbogbo ni ti olè, ọjọ́ kan ni ti oníhun.*

**1624. The world must back its offspring.** We bear the consequences of our choices. *Ọmọ tí ayé bí, láyé ńpọn.*

**1625. It is tough offering to back a child who had bitten his mother's back.** Actions may come with unintended and undesirable consequences; think before you act. *Ọmọ tó gé ìyá a rẹ̀ lẹ́hìn jẹ, ó ṣòro ó gbà pọn.*

**1626. If the youths are not provided with kolanuts, the elders cannot hope to become chiefs.** Life is give and take. *Ọmọdé ò j'obì, àgbà ò j'oyè.*

**1627. The wicked fellow is unmindful of his relationship (to those he attacks); those who inflict pains on others forget there is a tomorrow.** Ultimately, we will reap whatever we sow. *Ṣìkàṣìkà gbàgbé àjọbí; adánilóró gbàgbé ọla.*

**1628. If one has not dropped one's food, ants cannot be attracted to where one is eating.** Effects are caused; there is no smoke without fire. *Tí a kò bá jẹun sí ẹ̀hìn àwo, èèrà kò lè gun ibi tí a ti ńjẹun.*

**1629. If one has not been sent to the market, the market cannot be sending one back home.** There is an effect to every cause. *Tí a kò bá rán'ni sí ọjà, ọjà kì í rán'ni sílé.*

**1630. Dogs do not just bark for no reason.** Every effect has an associated cause. *Tí ajá ò bá rí, kì í gbó.*

**1631. If the cheeks of animals are not dismembered, those of humans will have no meat to chew.** Life is give and take. *Tí ẹrẹ̀kẹ́ ọmọ ẹranko kò bá bàjẹ́, ti ọmọ èèyàn kò lè dún wọmù wọmù.*

**1632. If a big tree is not felled, its branches cannot be within reach (of being cut).** Effects are caused. *Tí igi ńlá kò bá wó, ọwọ́ kì í ba ẹka rẹ̀.*

**1633. If the creeping plant is not broken, the squirrel cannot be caught.** Cause and effect; one thing ultimately leads to another. *Tí ìtàkùn kò bá já, ọwọ́ kò lè ba ọkẹ́rẹ́.*

1634. **If there are no reasons, a woman cannot be bearing Kumolu (a name suggesting that death has taken the family head).** Unusual occurrences can be traced to specific causes. *Tí kò bá ní ìdí, obìrin kì í jẹ́ Kúmólú.*

1635. **If there are no reasons, a fish cannot ordinarily be found on the bank of the river.** Unusual occurrences can be traced to specific causes. *Tí kò bá ní ìdí, a kì í dédé rí ẹja lókè odò.*

1636. **If there are no unusual reasons, an eight-day old baby, should not be insane.** Unusual occurrences can be traced to specific causes. *Tí kò bá ní ti ayé nínú, ọmọ ọjọ́ méjọ kò gbọdọ̀ ya wèrè.*

1637. **The wind will breeze into a room whose walls have crevices.** Actions come with consequences. *Tí ògiri bá là lẹ́hìn, atẹ̀gùn fẹ́ẹ́rẹ́fẹ́ á máa yọ́ wọlé.*

1638. **If there are no crevices in a wall, lizards cannot penetrate into the wall.** Effects follow causes. *Tí ògiri kò bá la'nu, aláǹgbá ò lè ráyè wọ̀ ọ́.*

1639. **If a child knows how to feign his death, his mother will also know how to feign his burial.** Every action invites a compensating reaction. *Tí ọmọ bá gbọ́n ọgbọ́n ọn kú kú, ìya rẹ̀ náà yóò gbọ́n ọgbọ́n ọn sín sin ín.*

1640. **If one will throw some fried corn into the mouth, one should fling the head backward.** Give to get; there is always a price tag to everything. *Bí èyàn yóò da yagan sí ẹnu, ó yẹ kó sọ ìpàkọ́ sí ẹ̀hìn.*

1641. **The same stone one throws at the palm is the one the palm throws back at one.** We reap whatever we sow. *Òkò tí a sọ mọ́'pẹ òun ni ọ̀pẹ ńsọ mọ́ eyan.*

1642. **Whoever wants to laugh should not make another weep.** Do unto others what you want others to do unto you. *Ẹni tó bá fẹ́ r'ẹ̀ẹ́rín, kò yẹ kó máa pa èyàn l'ẹ̀kún.*

————————●•●●•●————————

## SOWING AND REAPING

1643. **Whatever we sow is what we reap.** What you give is what you get. *Ohun tí a bá gbìn, la óò ká.*

1644. **Kindness begets kindness.** We reap what we sow. *Nínú oore loore wà.*

1645. **A farm dweller, who wants to eat bread, ought to send some aerial yams home.** Life is give and take; whoever wants to reap, must sow. *Ará oko tí yóò jẹ búrẹ́dì, á fi èsúrú ránṣẹ́ sí ilé.*

1646. **Whoever is craftily carrying out evil activities will experience evil, craftily as well.** We reap what we sow. *Ẹni bá ńyọ́ ilẹ̀ dà, ohun burukú á máa yọ́ irú wọn ṣe.*

1647. **An empty mouth cannot be making a food-chewing sound, except the mouth has toothache.** Reaping must be preceded with sowing. *Ẹnu òfifo kì í dún wọ̀mù wọ̀mù, à fi ẹnu tí akokoro bá mú.*

1648. **Whoever squats to see the nudity of an elderly person should be assured that those coming after him (or her) will do the same to him (or her).** We reap what we sow. *Ẹni tó bẹ̀rẹ̀ sí ìdí àgbà wò, ọmọ lẹ́hìn in rẹ̀, á ṣe bẹ́ẹ̀ fún un.*

1649. **What one has not eaten cannot be reflecting in one's breath.** You cannot reap what you have not sown. *Ohun tí a kò jẹ lẹ́nu, kì í rùn lọ́nà ọfun ẹni.*

1650. **If one desires to collect a white item from a child, one lures him with a red item.** Life is give and take; easier to get when you give. *Tí a óò bá gba nǹkan funfun lọ́wọ́ ọmọdé, a máa fi nǹkan pupa tàn án jẹ ni.*

1651. **A wicked man armed with up to six different ways he can hurt others, will invariably hurt himself with one or two.** We reap what we sow; it pays to be kind-hearted. *Tí aṣeni bá ní ibi mẹ́fà, yóò fi ọkan tàbí méjì, ṣe ara ẹ̀.*

1652. **If a trap will not catch a rat, it should at least return the palm nut bait to its owner.** If a promise is not kept, the underlying benefits received on it, should be refundable. *Tí ẹbìtì kò bá pa eku, a á sì fi ẹyìn fún ẹlẹ́yìn.*

1653. **Whoever sweeps the floor is the one who experiences a clean floor.** We reap what we sow. *Ẹni tó gbá ilẹ̀, ni ilẹ̀ ńmọ́ fún.*

1654. **Whoever wants to die honourably will be of good character.** We reap what we sow. *Ẹni tó máa kúure, á hu ìwà rere.*

1655. **The police baton pointed at others would most assuredly, be pointed back at the bearer, one day.** We reap what we sow eventually. *Kóńdó ọlọ́ọ̀pá tí a nà sí iwájú, ó di dandan kó padà wá bá ẹni tó nàá l'ọ̀jọ́ kan.*

1656. **Because of tomorrow is why we show today some kindness.** We reap what we sow. *Nítorí ọ̀la la ṣe ńṣe òní lóore.*

1657. **We excrete what we eat; the squirrel eats the palm nut and excretes the nut's rind.** We reap what we sow. *Nnkan táa bá jẹ la máa ṣu; ọkẹ́rẹ́ jẹ ẹyìn, ó ṣu ihá.*

1658. **Only wars may wrongly pick captives, curses do not wrongly attack.** We cannot reap what we have not sown. *Ogun ni í ṣi ni í mú, èpè kì í ṣi ni í jà.*

1659. **Whatever one blows into a trumpet is what the trumpet blows out.** Garbage in, garbage out; you get what you give. *Ohun tí a bá fun sí fèrè, ni fèrè máa fun síta.*

1660. **Rather than allow a good person to fall into a ditch (at night), the lightning will light up his or her path.** Help will always abound for a good person. *Tó bá kù díẹ̀, kí ọmọ olóore jìn sí kòtò, mànàmáná á ṣiṣẹ́ ìmọ́lẹ̀ fún un.*

1661. **Come and get some fried bean cake and some yam is how a child grows to love one; come and get some cane and some spanking is how a child runs from one.** Life is give and take; we reap what we sow. *Wá gba àkàrà, wá gba dùndú, l'ọmọdé fi ńm'ojú ẹni; wá gba àtòrì, wá gba ọrẹ, l'ọmọdé fi ńsá fún'ni.*

# CHAPTER SIXTEEN

# Contentment, Kindness and Gratitude

## CONTENTMENT: VALUE WHAT YOU HAVE

1662. **Gold is sold to the person who values it.** Cast your treasures only to those who will value them. *Ẹní mọ wúrà, la ńtà á fún.*

1663. **The person who values kolanuts strives to cover them with leaves.** We care for what we value. *Ẹni tó mọ iyì obì, ló njá ewé bòó.*

1664. **Trees of value do not get left in the forest for long.** What is of value is often in very high demand. *Igi tó tọ́, kì í pẹ́ n'ígbó.*

1665. **We value what we have; wood sellers value the barks of trees and butchers value beef bones.** We should appreciate what we have. *Ohun a ní là ńnáání, ìran aṣẹ́gità, a máa náání èpo igi, ìran alápatà, a máa náání eegun ẹran.*

1666. **Whatever is left unattended is what the goat's mouth can get to.** Do not neglect whatever is of value to you. *Ohun tí a bá fi sílẹ̀, lẹnu ewúrẹ́ ńtó.*

1667. **We place value on what we lack (or what is inaccessible to us).** Demand increases as supply reduces. *Ohun tí èyàn kò bá ní, ló ńjọọ́ lójú.*

**1668. Whatever name is given to a child is what a child gets used to.** However, we call or take someone that is what becomes of the thing. *Orúkọ tí a bá sọ ọmọ, ló ńmọ́ ọmọ lára.*

**1669. Whatever name one calls one's dog that is the name others will call it, as well.** However we take what belongs to us, that is how others will take it, as well. *Orúkọ tí a bá sọ ajá ẹni, lọmọ aráyé máa bá'ni pè é.*

**1670. Whoever is willing to sell off his glory and honour, will find someone willing to buy them without paying.** Value what you have. *Ẹni bá ṣetán à ti ta iyì àti ẹ̀yẹ tó ní, á rí ẹni ràá láì san'wó.*

**1671. Concerns for the money spent on an unduly soft corn meal would not let one throw it away.** We often hold on to things because of their costs to us. *Owó tí a fi ra ẹ̀kọ rírọ̀, kì í jẹ́ kí a lè sọọ̀ nù.*

**1672. A piece of gold (ornament) is seldom appreciated until it gets lost.** The available is easily taken for granted. *A kì í mọ iyì wúrà tí kò bá sọnù.*

**1673. A free drum gets beaten until it is bursted.** What is cheap, gets abused (or treated with disrespect). *Àlùya ni ìlù ọ̀fẹ́.*

**1674. Someone else's child is the one typically sent on errands, which involves night movements (and fraught with risks).** Be wise. *Ọmọ ọlọ́mọ, ni a máa ńrán ní iṣẹ́ dé tòru tòru.*

————•••●●●•••————

# CONTENTMENT AND GREED

**1675. Even if one gets to steal every day, it still will not be as if one had worked with one's hands.** Greed does not satisfy; fruits of corruption do not satisfy. *A kì í fi ojoojúmọ́ rí olè jà, kó dà bíi tọwọ́ ẹni.*

**1676. A greedy person was apportioned 12,000 out of 14,000 items; he wants the balance of 2,000 to be further shared, perhaps he may**

**still get up to 200 items out of it.** Greed lacks contentment. *Òkánjúwá pín ẹgbàfà nínú ẹgbàje; ó ní kí wọn tún pín ẹgbàá kan tó kù, bóyá igba tún lè kan òun.*

1677. **There's no meat-part that is not delicious; one should simply be contented.** Shun greed. *Kò sí ibi tí kò dùn lára ẹran, àmójúkúrò la gbọ́dọ̀ ní.*

1678. **A needle (if shared) should be enough out of someone else's inheritance.** Do not be greedy; be content with what you have. *Abẹ́rẹ́ tó nínú ogún ológún.*

1679. **A little out of someone else's possession should be good enough.** Refrain from greed. *Díẹ̀ tó nínú nkan onínnkan.*

1680. **Hens eat corns, drink water and swallow stones, yet lament lacking teeth; do goats eat pieces of iron with theirs?** Be contented; shun greed. *Adìyẹ ńjẹ yangan, ó ńmu omi ó ńgbé òkúta mì, ó tún ńsunkún àìléyín; ṣé òbúkọ tó léyín ńjẹ irin ni?*

1681. **Even if a big house is offered as a gift to a thief, this will not stop him or her from stealing some more.** A greedy person will always be greedy, regardless of his or her situation. *Báa fi gbogbo ilé ńlá jin kólékólé, kò pé kó má jalè díẹ̀ kun.*

1682. **Once the mouth has eaten, the eyes will be closed.** Greed fuels corruption. *Bí ẹnú bá jẹ, ojú á tì.*

1683. **The fly is ignorant of deadly risks; all it desires is to eat.** Do not be greedy; some offers are not as good as they seem. *Eṣinṣin ò mọ ikú, jíjẹ ni tirẹ̀.*

1684. **The little fish lures the big fish into the fishing net.** Unbridled greed can be risky; contentment is a virtue. *Ẹja wẹ́wẹ́ ló ńtan ẹja ńlá lọ sínú àwọn.*

1685. **Whoever inordinately seeks for freebies is seeking for loses.** Do not be greedy. *Ẹni ńwá ìfà ńwá òfò.*

**1686. The crowd teems into the home of a generous person while he is alive, but ceased upon his death.** Everybody loves the winner, but when you lose, you lose alone. *Ẹ̀sẹ̀ gìrìgìrì ní ilé Ańjọ́fẹ́, Ańjọ́fẹ́ kú tán a ò rí ẹnìkan.*

**1687. An inordinate gain always makes a hole in one's pocket.** Be wary of freebies. *Ìfà ńlá, máa ńya'ni lápò ni.*

**1688. There is no time one buys clothes that one will not have opportunity to wear them.** Contentment is crucial. *Kò sí ìgbà tí a dá aṣọ, tá ò rí ìgbà fi lò.*

**1689. How much really can a greedy person lick out of a large amount of salt?** Greed is needlessly wasteful. *Mélòó lọkánjúwà fẹ́ lá nínú ọpọ́ iyọ̀?*

**1690. You pulled your knife on a dead buffalo at the river bank; did you think it got drowned?** Do not be in haste to exploit (or seek) free offers. *O bá ẹfọ̀n lábàtà, o yọ ọbẹ tì í, ṣé omi lo rò pó mu kú ni?*

**1691. A thief is never contented.** Be contented; shun greed. *Ohun gbogbo kì í tó olè.*

**1692. To incessantly quest after what is evidently beyond one's reach is to court shame.** Contentment is it; live within your means. *Ohun ọwọ́ mi ò tó, màá fi gọ̀ńgọ̀ fàá, àbùkù ni í mú kanni.*

**1693. A large morsel (of food to be swallowed) puts a child under stress.** Greed can be choking. *Òkèlè gbòńgbò máa ńfẹ́ ọmọ lójú ni.*

**1694. The street beggar, still peeking into the house despite collecting his alms, is clearly beside himself.** Be contented. *Oníbàrà ńbólè é bọ̀; a fún un lówó tán, ó tún ńyọjú wọlé.*

**1695. Only a greedy adult behaves like a child (to curry favour).** Eschew greed. *Ọ̀kánjúwà àgbà, ni í sọ ara rẹ̀ di èwe.*

**1696. Greed is the worst of all diseases.** Shun greed. *Ọ̀kánjúwà baba àrùn.*

1697. **Greed and stealing are one and the same.** Shun greed. *Ọ̀kánjúwà pẹ̀lú olè, déédé ni wọ́n jẹ́.*

1698. **The crocodile says it is always shy to bite, but once it has bitten, it is always shy as well, to let go.** Greed entraps; some things are better left untried. *Ọ̀nì ní ojú máa ńti òun láti gé nǹkan jẹ, tí òun bá sì ti gée jẹ tán, ojú máa ńti òun láti fi sílẹ̀.*

1699. **No one carries the meat of an elephant on his head and fish for crickets with his feet.** Be contented. *A kì í ru ẹran erin l'órí, kí a tún máa fi ẹsẹ̀ wá ìrẹ̀ ní ìsàlẹ̀.*

1700. **Much will be far from whoever is not contented with a little.** Be contented; contentment makes for increase. *Ẹni tí bíńtí ò tó, púpọ̀ yóò jìnnà sí i.*

1701. **Whoever will not be contented courts shame.** Live in contentment. *Ẹni tí kò bá gba èyí tó mi, èyí tẹ́ mi ló máa gbà.*

1702. **Whoever is unwilling to accept his destiny (or his lot per time) will end up with nothing.** Live in contentment. *Ẹni tí kò bá gba kádàrá, yóò gba kodoro.*

1703. **Whoever has brought nothing into this world cannot take anything out of it.** Cease needless worries; we all came into the world with nothing and we'll go with nothing. *Ẹni tí kò mú nǹkan wá sáyé, kò lè mú nǹkan lọ sí ọrun.*

1704. **Whoever feels his case is deplorable will thank God on learning of another's.** Be contented; things are not as bad as they seem. *Ẹni tó bá ní tòún bàjẹ́, tó bá rí ti ẹlòmíràn á yin Ọlọ́run lógo.*

1705. **Whoever has a child will be killed by (the stress of raising) a child, and whoever has no child, will still be killed by (the anxiety of not having) a child.** Contentment is it; worry less. *Ẹni tó bí ọmọ, ọmọ ni yóò pa á; ẹni tí kò sì bí ọmọ, ọmọ ni yóò pa á.*

# OF LACK

1706. **Poverty does not change one's name; it is the designation that may be omitted.** Poverty has limited impact. *Àìlówó lọ́wọ́ kò pa'ni lórúkọ dà; Ìyáàfin àti Bàbáàfin ni wọn ò ní fi sí i.*

1707. **Even if the Owu king were to be broke, he still could not be compared to thousands of firewood sellers.** Everything is relative; no absolutes. *Àìlówó lọ́wọ́ Olówu, kì í ṣe bí ẹgbẹgbẹ́rún aṣẹ́gità.*

1708. **The poverty of the diligent makes it difficult to reprove the indolent.** Work smart; be result-oriented. *Àìlówó lọ́wọ́ alágbára, kì í jẹ́ kí a mọ ọlẹ ńbú.*

1709. **The absence of a horse is what makes one ride a dog.** In the absence of the preferred, the available becomes a choice. *Àìrí ẹṣin gùn, lèyàn ńgun ajá.*

1710. **The absence of anyone around is what makes anyone call a dog a friend.** In the absence of the preferred, the available becomes a choice. *Àìrí èyàn, la ńpe ajá ní àwé.*

1711. **Water is flowing at the base of the plantain plant, yet it weeps for lacking water.** To lack amidst plenty. *Omi ńṣàn ní ìdí ọ̀gẹ̀dẹ̀, ọ̀gẹ̀dẹ̀ ńsunkún omi.*

1712. **Poverty is what makes a hunter sells his games; the beauty of hunting is to enjoy the games caught.** Lack does influence decisions. *Ìṣẹ̀ nií múni pa ẹran àpatà, ká pẹran ká jẹẹ́ niyi ọdẹ.*

# OF WEALTH

1713. **Whatever made no sound after being beaten by money, must be unable to produce sound.** Wealth has impact and influence. *Ohun tí owó bá lù tí kò dún, kò lóhùn ni.*

1714. **A rich person in the midst of six poor persons has turned the poor persons to seven.** It is easier for many on the ground to pull down anyone above than it is for the one person above to up to pull many on the ground, up. *Olówó kan láàárín òtòṣì mẹ́fà, òtòṣì ti di méje.*

1715. **It is money that beautifies the body not the hands.** Wealth makes a difference. *Owó ni í tún ara ṣe, kì í ṣe ọwọ́.*

1716. **Money insists that no idea should be discussed in its absence.** Virtually everything has monetary implications. *Owó ní tí òun kò bá sí ní ilé, kí wọn má dámọ̀ràn nǹkànkan lẹ́hìn òun.*

1717. **All matters end up with the need to spend money.** Wealth is important in life's affairs. *Ọ̀rọ̀ gbogbo, lórí owó ló ńdá lé.*

1718. **Whatever issue that money fails to resolve, gets set aside.** Wealth is important. *Ọ̀rọ̀ tí owó bá ṣe tì, ilẹ̀ ló ńgbé.*

1719. **The title of a strong man cannot to be contested with wealth.** Wealth cannot resolve all issues. *A kì í fi owó du oyè alágbára.*

1720. **I own my money (so I can do what I please), is what destroys a youngster's wealth.** Be humble to take to good counsel. *Èmi ni mo lowó mi, ló ńba owó ọmọdé jẹ́.*

———•-•●●●●•-•———

# HELPING OTHERS

1721. **No one shuts an eye in the absence of its owner.** Help cannot be rendered to an unwilling recipient. *Àìsí olójú, ẹnìkan kì í tìí.*

1722. **You cannot barb someone in his absence.** You cannot help someone without his cooperation. *A kì í fá orí lẹ́hìn olórí.*

**1723.** **No one needs to be fed with what he or she knows how to eat.** Do not provide unsolicited help; do not give what has not been requested for. *A kì í fi ohun tí a bá mọọ́ jẹ nu'ni.*

**1724.** **Only someone truly asleep is the person one wakes, not someone pretending to be asleep; the person pretending will not respond, if one wakes him or her.** Unsolicited help is seldom appreciated. *Ẹni tó sùn là á jí, a kì í jí apirọrọ; táa bá jí apirọrọ kò ní dáhùn.*

**1725.** **Seek refuge from the person who is capable of saving you.** Help should be sought from where it can be found. *Ẹni tó tó gba'ni, làá ńsá tọ̀.*

---

## OF DEBT AND INDEBTEDNESS

**1726.** **No one should indulge in an extravagant lifestyle while in debt.** Handle debt with caution; set your priorities right. *A kì í fi gbèsè sọ́rùn, ṣe ọṣọ́.*

**1727.** **Whoever cannot afford a bicycle should not be buying a car on credit.** Handle debt with caution; operate within your means. *Ẹni tí kò lówó kẹ̀kẹ́, kì í gba àwìn mọtò.*

**1728.** **No matter how you appear, no debt means no shame; debt is what can bring anyone to shame.** Operate within your means; handle debt with care. *Ò báà kúrú, ò báà pári, gbèsè ò sí, ẹsín ò sí; gbèsè ló lè fini ṣẹsín.*

**1729.** **A chronic debtor has died; he simply has not been buried.** Be cautious with debt. *Onígbèsè èyàn ti kú, a kò tí ì sìnkú rẹ̀ ni.*

**1730.** **A pre-existing debt makes whatever amount on hand insufficient.** Avoid needless debt; live within your means. *Àjẹsílẹ̀ gbèsè, kì í jẹ́ kí ẹgbẹ̀fà tó ná.*

**1731.** **Debt befits no one; borrowed pants do not fit; if they are not tight at the ankles, they'll be loose (at the waist); it is what one**

**owns that fits one, perfectly.** Live within your means; borrowed lifestyle hadly pays. *Àyáná owó kò yẹ'ni, àgbàwọ̀ ṣòkòtò kò yẹ ọmọ èèyàn; bí kò fún'ni l'ẹ̀sẹ̀ á ṣo'ni, rẹ́gírẹ́gí l'ohun a ní ńbá'ni í mu.*

1732. **What swagger can a pawn-servant have to deserve honour from his creditor?** Avoid needless indebtedness; debt can be encumbering. *Fáàrí kí ni ìwọ̀fà ńṣe, tó máa ní iyì lójú ẹni tó yá a lówó?*

••●●●••

## KINDNESS AND STINGINESS

1733. **A hand that gives is always at the top and the one that receives stays underneath.** Giving elevates. *Òkè lọwọ́ afunni í gbé; ìsàlẹ̀ lọwọ́ ẹni tó ńgbàá í wà.*

1734. **The merciful person cannot die in the place of the wicked.** Kindness pays, ultimately. *Aláànú kì í kú sí ipò ìkà.*

1735. **Generosity does not necessarily make one poor neither does stinginess make one rich.** Be generous; one neither gains by being stingy nor loses being generous. *Ká máa náwó kò ní kí ówó ó tán; ká ya ahun kò ní kí owó ó pọ̀ si.*

1736. **Do not insist on reciprocation for your kindness; if reciprocation is sought, it would seem as if no kindness had been shown.** Be kind, and keep moving; expect no reciprocation. *A kì í ṣoore tán kí a lóṣòó tìí; tí a bá ṣoore tí a lóṣòó tìí, bí aláìṣe nií rí.*

1737. **Plead for help to identify a reluctant person; beg for alms to identify a miser.** Requests made to people will show who they are. *Bẹ̀bẹ̀ kí o rí ọ̀kọ̀sẹ́, ṣagbe kí o rí ahun.*

1738. **With no financial attachment in a friendly relationship, one would appear stingy.** Caring and giving goes together. *Bí èyàn bá ńṣọ̀rẹ́ ojú tí kò kan àpò, ahun ni yóò jẹ́.*

**1739.** **If the vulture is impoverished, the hawk should at least patronise it, as no one knows tomorrow.** Lend a helping hand, whenever you can. *Bí ojú bá ńpọ́n igún, ó yẹ́ kí àwòdì báa rà, nítorí kò sí ẹni tó mọ bí ọla yóò ṣe rí.*

**1740.** **Honeycombs are always found in a sweet state.** You will not lack what you give to others. *Dídùn dídùn là ńbá ilé olóyin.*

**1741.** **If one is unable to give to someone, one should not be collecting what he has.** If you cannot improve a situation, do not worsen it. *Tí a kò bá rí fún ọmọ, a kì í gba ti ọwọ́ rẹ̀.*

**1742.** **Anyone who will not financially support one in business should at least not run the business down.** If you cannot help someone, do not worsen his or her plight. *Ẹni tí kò bá lè dá'ni l'ókoòwò, kò tún gbọdọ jẹ 'gbá ẹni run.*

**1743.** **Whoever cannot give to someone should not deprive the person of what he or she has.** If you cannot help someone, do not worsen his or her plight. *Ẹni tí kò bá rí fún'ni, kò tún gbọdọ̀ máa gba t'ọwọ́ ẹni.*

**1744.** **A person who is not giving to one should not be collecting what one has.** Do not complicate issues for others. *Ẹni tí kò rí fún'ni, kì í gba tọwọ́ ẹni.*

**1745.** **A tree on whose behalf one was in contention in the forest ought to at least provide one with warmth at the fireplace.** One good turn deserves another. *Igi tí a bá torí rẹ̀ gbodì nínú igbó, yẹ kó lè ṣe iná fún'ni yá.*

**1746.** **The house of a good man will not wholly collapse; that of a wicked fellow will not leave a remnant.** Altruism pays; it is good to be good. *Ilé olóore kì í wó tán; ti ìkà kì í wó tì.*

**1747.** **Only an open hand can receive.** Make room to receive what you desire. *Ọwọ́ tí a bá là, ló ńrí nkan gbà.*

**1748.** **Only work may be carried out alone, money (or wealth) cannot be enjoyed alone.** Be generous, be willing to share. *Iṣẹ́ ló ṣeé dá ṣe, owó kò ṣeé dá ná.*

1749. **Whoever says kindness has not favoured him or her, should note that there is a lesson for him or her to learn from the experience.** Kindness pays, regardless. *Mo ṣ'oore kò gbè mí, ó l'ọgbọ́n tó yẹ k'éèyàn kọ́ ńnú rẹ̀ ni.*

1750. **The generous person is not wasteful; he is actually buying honour for himself.** It is good to be generous. *Náwó náwó, kì í ṣe àpà, ó ńfi owó ra iyì ni.*

1751. **Kindness follows the kind-hearted.** Kindness pays. *Oloore l'ore ńwọ́ tọ̀.*

1752. **It is kindness that pays; wickedness offers no benefit.** Be kind and gracious. *Oore lópé, ìkà ò sunwọ̀n.*

1753. **Not clearly identifying and stating "This is yours" is what displeases people.** People are always interested in: what is in it for them. *Àìpé, 'Tì'rẹ nì'yí' lo ńbí ayé nínú.*

1754. **Sharing is not pleasant if one party does not have; it is when we all have that we can share.** Better to teach others to fish, than to give them fish. *Àjọjẹ kò dùn bí ẹnikan kò bá ní, ọjọ́ a ní la ńṣe àjọjẹ.*

1755. **Do not count the eggs laid by a hen you have already given out as a gift.** Do not seek immediate reciprocation from an act of kindness. *A kì í fún'ni ládìyẹ sìn, kí a tùn máa ka oye ẹyin tó yé.*

1756. **Kindness does not kill; regrets may simply be substantial.** It is good to be kind. *A kì í ní inúure kí a kú; ìdárò ló máa pọ̀.*

1757. **Food easily entices its owner, which is why monkeys rub the food given them on the floor saying "This wicked fellow may want to collect his food back!".** Choose to be generous. *Oúnjẹ kì í pẹ́ yán olóúnjẹ lójú, ni ọbọ ṣe fi oúnjẹ tí wọ́n fún un gbo ilẹ̀, á ní "Kiní burúkú yi tún lè fẹ́ gbàá padà".*

1758. **A kind person is always pleased to witness the results of his kindness.** Kindness pays. *Tí oore bá ṣ'ojú olóore, inú olóore á dùn.*

**1759.** **If a hunter were to consider the hardship of his (hunting) expedition, he will not share his games with anyone.** Giving can be tough, if we consider the challenges involved in having. *Tí ọdẹ́ bá ro iṣẹ́, tó bá ro ìyà, tó bá pa ẹran, kò ní fún ẹnìkan jẹ.*

**1760.** **If a youngster is not wise enough to understand the wisdom of 'take', the elderly person will be wise to adopt the wisdom of 'bring'.** Be generous and gracious. *Tí ọmọdé kò bá gbọ́n ọgbọ́n 'gbà', àgbàlagbà á máa gbọ́n ọgbọ́n 'múwá'.*

**1761.** **If kindness is excessive, it will become wickedness.** There is a limit to everything; excessive kindness is seldom appreciated. *Tí oore bá pọ̀ lápọjù, ibi ni í dà.*

**1762.** **If one friend falls, another ought to pull him up.** Lend a helping hand. *Tí ọ̀rẹ́ kan bá ṣubú, èkejì á sì fàá dìde.*

**1763.** **The games of a miserly hunter remain in the forest (where it is hidden from others) and it ultimately rots and gets eaten by maggots.** Be generous. *Ẹran tí ahun bá pa inú igbó níí gbé, ìdin níí fi jẹ.*

**1764.** **You cannot be stingy and be honoured.** No honour for a stingy person; choose to be generous. *A kì í láhun ká níyì,.*

------------------------●•●●•●------------------------

## GRATITUDE AND INGRATITUDE

**1765.** **Do not repay your benefactor with evil.** Be grateful; honour your benefactor. *A kì í fi ibi ṣú olóore.*

**1766.** **One should give thanks when favoured with kindness.** Be appreciative. *Bí a bá ṣe 'ni lóore, ọpẹ́ là ńdá.*

**1767.** **Whoever got beaten by rain but was not struck by lightning should be thankful.** Attitude of gratitude is it; whatever is bad could have been worse. *Ẹni òjò pa, tí àrá kó pa kó, má a dúpẹ́.*

**1768. Whoever is not grateful for minor favours has blocked the path to major ones.** Show gratitude; it opens doors for more favours. *Ẹni tí kò dúpẹ́ ẹgbẹ̀fà, bẹ́ igi dí ọnà egbèje.*

**1769. If what threatened to make one a slave, made one a bond-servant instead, one should be grateful.** Be grateful in every situation; it could have been worse. *Ohun tó ní òun yóò ṣe'ni lẹ́rú, tó bá wá ṣe'ni ní ìwọ̀fà, ká dúpẹ́.*

**1770. If what would have killed one merely removed one's cap, one should be thankful.** Be ever grateful. *Ikú tí yóò bá pa'ni, tó bá ṣí'ni ní fìlà, ọpẹ́ là ńdá.*

**1771. If what threatened to behead one, removed one's cap, one should still be grateful.** Be grateful in every situation; things could have been worse. *Ohun tó ní òun yóò bẹ́'ni lórí, bó bá ṣí'ni ní fìlà, ká dúpẹ́.*

**1772. We should thank those who looked at us with disdain; many did not bother to look.** Have an attitude of gratitude; remain ever grateful. *Ká dúpẹ́ lọ́wọ́ ẹni tó mọ́'ni lójú; ọpọ̀ ni ò wo ibi tí èyàn wà.*

**1773. We should thank the neck for bearing the head, there are other tissues around the head that do nothing.** Be thankful, even for small favours. *Ká dúpẹ́ lọ́wọ́ ọrùn tó gbé orí dúró; ọpọ̀ ẹran ló sún mọ́ orí tí kò ṣe nǹkànkan.*

**1774. There is no one God has not blessed, except those who believed they have not been blessed enough.** We all have reasons to be grateful. *Kò sí ẹni tí Ọlọ́run ò ṣe fún, à fi ẹni tó bá ní tòun ò tó.*

**1775. The rain would have drenched the snail, but for its shell.** Have a heart of gratitude. *Òjò ò bá pa ìgbín, ọlá ìkarahun ni kò jẹ́.*

**1776. A person with one bad eye is seldom thankful to God, until a speck enters the good one.** Be ever grateful. *Olójú kan kì í mọ'yì, Ọlọ́run à fi tí nǹkan bá gbọ̀n sí i.*

**1777. A favour long bestowed gets forgotten by the foolish person.** Never forget an act of kindness received. *Oore pẹ́, aṣiwèrè gbàgbé.*

**1778. Having sustained the cocoa plant, the plantain plant became offensive to the farmer.** Ingratitude; people often ignore or discredit those who helped them once their aim is achieved. *Ọ̀gẹ̀dẹ̀ wo kòkó yè tán, ó wá di igi burúkú lójú olóko.*

**1779. God never does a thing, without the rationale for thanksgiving; if he makes a man bald, he will give the beard in replacement.** There will always be reasons to be thankful to God. *Ọlọ́run kì í ṣe nǹkan, kó má fi àyè ọpẹ́ sí i; tó bá pá baba lórí, a sì fi irùngbọ̀n rọ́po.*

**1780. Gratitude is what befits a slave (or anyone).** One should maintain a heart of gratitude, always!. *Ọpẹ́ ló yẹ, ẹrú.*

**1781. The gratitude to a benefactor should know no end.** Maintain a heart of gratitude. *Ọpẹ́ olóore, àdààdátán ni.*

**1782. If a hunchback comes across a lame, he will be thankful.** Learning of someone else's worse predicaments, one becomes appreciative of one's condition. *Tí abuké bá rí arọ, ọpẹ́ ló máa dá.*

**1783. If waste will not be excessive, a person one had shown some kindness will not be appreciative.** Ingratitude can be costly. *Tí àṣedànù kò bá ní pọ̀, ẹni a ṣ'oore fún, kò ní mọ̀ ọ́.*

**1784. One defends Oja in a fight, yet he demands who the hell is making noise at his backyard.** Be grateful to your benefactors; do not be naive. *À ńtorí Ọ̀já jà, Ọ̀já ní ta ló ńjà lẹ́hìnkùlé òun.*

**1785. After melon had been used to eat pounded yam, its peelings now became offensive.** Be grateful for every acts of kindness; people tend to ignore or discredit those who helped them once their objective is achieved. *A fi ẹ̀gúsí jẹ iyán tán, èpo rẹ̀ wá di ohun àìjí í rí.*

**1786. Only an ungrateful dog bites its owner.** Show gratitude; never bite the hand that feeds you. *Aláìmoore ajá, ló ńgé olówó rẹ̀ jẹ.*

**1787. To be kind to someone who is not thankful is akin to being robbed by a thief.** Be grateful. *Ẹni a ṣe lóore tí kò dúpẹ́, bí ìgbà tí ọlọ́ṣa ko'ni lẹ́rù lọ ni.*

**1788. Whoever gives thanks for past favours will be favoured with more.** Maintain an attitude of gratitude. *Ẹni bá dúpẹ́ oore àná, yóò rí òmíràn gbà.*

**1789. Whoever can reason well will understand why he ought to be thankful.** Have a heart of gratitude. *Ẹní bá mọ inú rò, á mọ ọpẹ́ dá.*

**1790. A person, who is not thankful when given kolanut, will not pay his dues, if given a bride.** Whoever is not thankful for small favours will not be grateful for major ones. *Ẹni táa fún lóbì tí kò ṣọpẹ́, báa fún un, lọmọ kò ní ṣàna.*

# CHAPTER SEVENTEEN

---

## Perceptivity, Leadership and Legacy

### PERCEPTIVITY

1791. **Perceptivity is the hallmark of elders.** Be perceptive. *Ìfura loògùn àgbà.*

1792. **No one asks a married woman where she has got her pregnancy.** Do not ask obvious questions; be perceptive. *A kì í bérè lọwọ adélébọ, pé ní'bo ló ti rí oyún.*

1793. **A strong healthy person is admired by all, but a sick person is on his own.** Everybody loves the winner, but when you lose, you lose alone. *Abarapá, ti gbogbo ayé, olókùnrùn jẹ́ ti ara rẹ̀ nìkan.*

1794. **The marshy place keeps apart as if it is unrelated to the river.** Of someone deeply involved with an issue, yet acting as if to dissociate himself or herself. *Abàtà takété, bí ẹni pé kò bá odò tan.*

1795. **A word is enough for the wise.** Be perceptive; learn to hear what is not said and see what is not shown. *Àbọ̀ ọ̀rọ̀ la ńsọ fún ọmọlúwàbí, tó bá dé inú rẹ̀, á di odindi.*

1796. **No one knows whose side a reticent person is.** It is difficult to place a person of few words. *Adákẹ́ ma fọhùn a kò mọ ti ẹni tí ńṣe.*

**1797.** **The bat hangs upside down, thoughtfully watching the activity of the other birds.** Be reflective and perceptive. *Àdán doríkodò ó ńwo iṣe gbogbo ẹyẹ.*

**1798.** **The man with a catapult thought the monkey is stupid; the monkey is not stupid, it is merely doing as it pleases.** Respect what you cannot see. *Alákàtàmpó ṣe bí ọ̀bọ kò gbọ́n, ọ̀bọ́ gbọ́n; t'inú ọ̀bọ l'ọ̀bọ́ ńṣe.*

**1799.** **The executioner never wants the sword taken across his head.** Be perceptive; those attacking others, seldom want to be attacked. *Apani kì í fẹ́ kí a mú idà kọja orí òun.*

**1800.** **Those inciting others are not stupid; those incited are the ones who are unwise.** Be wise and perceptive. *Ati'ni ò gọ̀, ẹni a ńtì ni kò gbọ́n.*

**1801.** **The hawk hovering above is oblivious that the people on the ground are watching it.** Be perceptive. *Àwòdì òkè, kò mọ pé ará ilẹ̀ ńwo òun.*

**1802.** **People will invite the thief to come and steal, and then notify the farm owner to come and apprehend him.** Be perceptive and act in wisdom. *Ayé ni í pe olè kó wá jà, wọ́n á tún pe olóko kó wá mú u.*

**1803.** **Help me flog my child, requested by a parent is not to be taken at face value.** Read between the lines; people do not always mean what they say. *Bá mi na ọmọ mi, kò dé inú ọlọ́mọ.*

**1804.** **Even without marriage or coronation when does meat not look nice on a plate of rice?** What is good is good; good is incontrovertible. *Báà ṣè ìyàwò báà joyè, ìgbàwo l'ẹran ò dára lórí ìrẹsì.*

**1805.** **If one person were to pound yam for all the people in a town, the food would not be enough, but if the town were to pound yam for him, he or she simply would not be able to handle it.** It is wise not to go against the majoriy, except this is absolutely necessary. *Bí ẹnikan bá gún iyán fún ìlú, kò lè tóó jẹ, ṣùgbọ́n, bí ìlú bá gún iyán fún ẹnikan, kò lè jẹẹ́ tán.*

1806. **If an iron (rod or chain) is broken, it still will be welded together with iron.** The solution to an issue is not far from the issue. *Bí irin bá já, irin làá fi so ó.*

1807. **If one's home is not at peace, the entire town will seem like a forest to one.** Our assessments are often tainted by our experience. *Bí ọọdẹ ò dùn, bí ìgbẹ́ n'ìlú ńrí.*

1808. **Respond to a fool according to his foolishness, so that he will not believe that he is smart.** Be perceptive and wise. *Dá wèrè lóhùn gẹ́gẹ́ bí i wèrè rẹ̀, kó má baà rò wípé ò gbọ́n lójú ara rẹ̀.*

1809. **Silence is the right answer for a fool lest there are two fools in the king's market.** Be perceptive; read each situation properly and respond wisely. *Ìdákẹ́jẹ́ ni ìdáhùn wèrè, bíbẹ́ẹ̀kọ́ wèrè yóò di méjì lọ́ja ọba.*

1810. **One should not defecate upon where one is going to sleep.** Do not desecrate your base. *Èyàn kì í ṣu sí ibi tí yóò sùn sí.*

1811. **It is one from whom 'Gambari' (someone of Northern Nigeria extraction) profits that he refers to as a boss.** Be perceptive; people are wont to suck up to those from whom they profit. *Èyàn tì "Gàmbàrí" bá rí jẹ l'ọ́dọ̀ rẹ̀ ni í pè ní "Mègídá".*

1812. **The flies perched on a person with sores and no one knew, but should the person begin to eat the flies, noise would break out.** Often effects, especially where rather dramatic, gets far more attention than the causes of the effects. *Eṣinṣin jẹ elégbò, kò sí ẹni tó gbọ́, ṣùgbọ́n tí elégbò bá ńjẹ eṣinṣin, ariwo á ta.*

1813. **The same thorn that pricked the child's leg is the one that pricked his hand.** The same issue may have multiplicity of effects. *Ẹ̀gún tó gún ọmọ l'ẹ́ṣẹ̀, òun náà ló gún ọmọ l'ọ́wọ́.*

1814. **The person concerned about a matter is the one who really knows how it feels.** Those concerned are best able to state how it feels. *Ẹni kàn ló mọ̀.*

**1815.** **Whoever is not wanted in a town should not be dancing on the dance floor.** Wisdom is it. *Ẹni tí a kò fẹ́ ní ìlú, kì í jó lójú agbo.*

**1816.** **Whoever has the medicine to save a child's life may also have the medicine that can kill the child, as well.** Whatever can help, can also harm. *Ẹni tó bá lóògùn awọmọyè, lè ní oògùn awọmọpa.*

**1817.** **Whoever is arguing with someone who has a cough, simply wants to kill him.** Some actions, regardless of the intention, worsen rather than improve a situation; be perceptive. *Ẹni tó bá ńbá oníkọ́ j'iyàn, óun gan an ló fẹ́ pa á.*

**1818.** **Only those profiting from Jẹ́gẹ́dẹ́, calls him (or liken him to) the mighty silk cotton tree.** Do not read too much to overenthusiastic and undeserved praise; people tend to suck up to those from whom they profit. *Ẹni tó bá ńjẹ l'àbẹ Jẹ́gẹ́dẹ́, ló ńpè é ní igi Àràbà.*

**1819.** **Those who share in another's wealth typically hail him as a generous person.** Do not read too much to overenthusiastic and undeserved praise. people tend to suck up to those from whom they profit. *Ẹni tó bá ńjẹ nínú ọlà ẹnìkan, níí pèé ní anímáṣaun.*

**1820.** **Whoever seeks the goodwill of the king should not violate his laws.** Walk in wisdom. *Ẹni tó bá ńwá ojúrere ọba, kì í lu òfin ọba.*

**1821.** **A wicked fellow very well knows he is wicked; he simply does not want to change.** Walk in wisdom; some things need not be said, as they are obvious. *Ẹni tó burú mọ̀, kò kàn fẹ́ ẹ́ pa ìwà dà ni.*

**1822.** **A wicked fellow very well knows he is wicked; he simply wants someone else to tell him, so he could take an offence.** Walk in wisdom; some things need not be said, as they are obvious. *Ẹni tó burú mọ, ẹni tó máa sọ fún un ló ńwá, kò lè sọ ọ̀ dìjà.*

**1823.** **The owner of the veranda also owns the pig that ate the banana in it; a 'goat' has merely eaten the 'yam' of its owner.** Used where there is a convergence of a cause and the impact of its effect: further contention is needless. *Ẹni tó l'ẹ̀ẹ̀dẹ̀ ló l'ẹlẹ́dẹ̀ tó jẹ ọgẹ̀dẹ̀; ẹran baba ló fi iṣu baba jẹ.*

1824. **Whoever is profiting from one's naivety (or ignorance) will not want one to become wiser.** Be perceptive. *Ẹni tó ńjẹ nínú agọ̀ ẹni, kì í fẹ́ kí a gbọ́n.*

1825. **Those eating eggs seldom appreciate how tough egg-laying can be to the hen.** Those enjoying a benefit seldom appreciate its true cost. *Ẹni tó ńkó ẹyin jẹ, kò mọ pé ìdí ńro adìyẹ.*

1826. **Whoever is singing a lousy song, very well knows the song is lousy, as well.** The obvious needs no emphasis. *Ẹni tó ńkọrin tí kò dùn, ó ńfi etí ara rẹ̀ gbọ.*

1827. **Only the wearer knows where the shoe pinches.** Only those directly affected by an issue can truly say how it feels. *Ẹni tó wọ bàtà nìkan, ló mọ ibi tó ti ńta òun lẹ́sẹ̀.*

1828. **A cock is owned by one person, but it crows for (the benefit of) all.** Some blessings will positively impact all; be willing to share. *Ẹnìkan ló ni akùkọ, ṣùgbọ́n gbogbo ayé ló ńkọ fún.*

1829. **A bird that perched on a tree and made no sound was merely concerned about the consequence.** Gentleness is not stupidity; do not judge a book by its cover. *Ẹyẹ tó bà lórí igi tí kò ké, ẹ̀yìn ọrọ̀ ló ńrò.*

1830. **It is not everything that patience resolves; it is not everything that stubbornness destroys.** Be perceptive; each situation calls for appropriate solution. *Gbogbo nǹkan kọ́ ni sùúrù máa ńtúnṣe; gbogbo nǹkan kọ̀ sì ni agídí máa ńbàjẹ́.*

1831. **Prostrating does not connote good manners; people are simply after what they can get.** Be perceptive; inordinate gentility, may well be an attempt at currying favours. *Ìdọ̀bálẹ̀ kì í ṣe ìwà; ohun tí olúkálùkù máa jẹ ló ńwá.*

1832. **The wicked has no qualms wrecking a good thing.** Be perceptive. *Ìkà ò kọ̀ kí ohun tó dùn ó bàjẹ́.*

1833. **We should close our eyes and feign death to see who will mourn us; we should run and trip and observe who will be sympathetic.**

Be perceptive. *Ká dijú ká ṣe bí ẹní kú, ká wo ẹni tí yó sunkún ẹni; ká sáré ṣẹ́ṣẹ̀ ká fẹsẹ̀ kọ, ká wo ẹni tí yóò ṣeni pẹ̀lẹ̀.*

1834. **Rather than get excluded from eating 'sese' (a type of beans), the rat will waste it.** Be perceptive; watch out for those who will rather destroy than be excluded. *Kàkà kí eku má jẹ sèsé, á fi ṣe àwàdànù.*

1835. **So that the deaf can be aware of a matter is the reason, it is discussed to the hearing of his child.** Be perceptive. *Kí adití ba lè gbọ́ ọ̀ràn, la ṣe ńsọ ọ́ lójú ọmọ rẹ̀.*

1836. **No one likes anyone to rise up to him or her (in attainment) except the leper.** Be perceptive; it is not every offer that is to your advantage. *Kò sí ẹni tó fẹ́ ki a dàbí òun, à fi adẹtẹ.*

1837. **The pest that is eating the vegetable is right on it, as the louse living off one is under one's garment.** Be perceptive and vigilant. *Kòkòrò tó ńjẹ ẹ̀fọ́ ara ẹfọ́ ló wá, iná tó ńjẹ'ni ńbẹ lábẹ́ aṣọ.*

1838. **The promise to provide one with pounded yam can be assessed from the roasted yam offered.** The present (circumstances) can be a pointer to how the future will play out. *Màá gún iyán fún ọ jẹ, ní ibi èsun iṣu làá ti mọ ọ́.*

1839. **Keep on dancing, I am watching your back, is nothing but deception.** Man's promises may be futile; do not rely on gratuitous promises made by others. *Máa jó lọ, mò ńwo ẹhìn rẹ, irọ́ ló ńjẹ́ bẹ́ ẹ̀.*

1840. **What will befall someone is typically wiser than him or her.** Often what will happen will, regardless of how wise one is or steps taken. *Ohun tó máa ṣelẹ̀ sí èyàn, máa ńgbọ́n ju èyàn lọ ni.*

1841. **The eyes may seem friendly, but this may not be from the heart.** Be perceptive. *Ojú bá'ni rẹ́, ọrẹ́ ò dé inú.*

1842. **A cat that is eagerly tending to a trap is merely seeking to eat the bait.** Excessive attention is often nothing but an attempt at currying favours. *Ológbò tó ńtú orí tàkúté ṣe, eran orí rẹ̀ ló ńwá.*

1843. **A cat that thinks it is a leopard's cub may dare to chase a dog.** We act in a manner consistent with our self-beliefs. *Ológìnní lè lé ajá, tó bá rò pé ọmọ ẹkùn lòun.*

1844. **The rich person one associates with and one is not satiated, one cannot starve if one leaves him.** Be perceptive. *Olówó ta ńbá rìn táà yó, táa bá padà lẹ́hìn rẹ̀, ebi ò le è pani.*

1845. **Each and every day, we repeatedly hear that the chameleon dies in the fireplace, if the chameleon has no shame, the fireplace should at least has.** Walk in wisdom; only a silly fish is caught twice with the same bait. *Òní alágẹmọ kú sí ààrò, ọla alágẹmọ kú sí ààrò, tí ojú kò bá ti alágẹmọ, ó yẹ kí ojú ti ààrò.*

1846. **Each and every day, we hear that the horse threw the old man, if the man does not desist from horse riding, the horse will one day throw him to death.** Walk in wisdom; only a silly fish is caught twice with the same bait. *Òní ẹsin dá baba; ọla, ẹsin dá baba; tí baba kò bá yé ẹsin í gùn, ọjọ́ kan l'ẹsin máa dá baba pa.*

1847. **Each and every day, we hear the problem is the deer; is deer the only animal in the forest?** Walk in wisdom; only a silly fish is caught twice with the same bait. *Òní ẹtu, ọla ẹtu; ṣe ẹtu n'ìkan ló wà nínú igbó ni?*

1848. **Today cannot destroy yesterday and tomorrow cannot destroy today, but the destruction of tomorrow is in the hands of today.** Acts wisely; do not sacrifice the future for the present. *Òní kò lè ba àná jẹ́, ọla kò sì lè ba òní jẹ́, ṣùgbọ́n ìbàjẹ́ ọla, ọwọ́ òní ló wà.*

1849. **It is a crafty ploy to cheat; two maternal brothers killed two grasscutters while hunting and the elder asked the younger brother to go fetch a knife to be used to share the games; what else are they sharing?** Be perceptive. *Ọgbọ́n olè ni, nígbàtí ọmọ ìyá méjì pa ẹran ọ̀yà méjì, tí ẹgbọ́n ní kí àbúrò tún lọ mú ọbẹ wá, kí wọ́n wá pín ẹran; kí ni wọ́n tún fẹ́ pín?*

1850. **A wise man grabs the head of a fish while the fool grabs its tail.** Be perceptive. *Ọlọ́gbọ́n di orí ẹja mú, òmùgọ̀ di ìru rẹ̀ mú.*

**1851.** **A child, who does not know his mother's enemies, will not know her friends, as well.** Be perceptive and wise. *Ọmọ tí kò bá mọ ọtá ìyá rẹ̀, kò le mọ ọ̀rẹ́ ìyá rẹ̀.*

**1852.** **The pumpkin shoot has no shame: it was fetched off in the morning, yet it sprouts again at night.** Be perceptive. *Ọ̀ràn kò dun gbọ̀ọ̀rọ̀: a dáa láàáró, ó tún yọ lálẹ́.*

**1853.** **That a fish produces fishlings does not stop it from eating them.** Be perceptive and wise; whatever has the power to produce could also have the power to destroy. *Pé ẹja bí ọmọ, kò ní kó máà gbé ọmọ náà mì.*

**1854.** **Who else will the fly support, but the person with a sore.** Be perceptive; people are likely to support whoever or whatever profits them. *Ta ni eṣinṣin kò bá gbè, bíkòṣe elégbò.*

**1855.** **When a gorilla is to be spanked, the warning is first sent to the monkey.** Be perceptive to learn from the experiences of others. *Tí a ò bá na ìnàkí, ọbọ làá kọ́kọ́ wí fún.*

**1856.** **If a rat is disrespectful to a cat, the rat's burrow (for escape) must be close by.** Be perceptive. *Tí èkúté bá ńrí ológbò fín, ihò ọnà àbáyọ rẹ̀ wà ńtòsí ni.*

**1857.** **If a vindictive person gets enthroned (or to a position of authority), he will be wicked.** Be perceptive and walk in wisdom. *Tí ẹni ọ̀rọ̀ ńdùn bá dé orí oyè, yóò ṣ 'ìkà.*

**1858.** **Disdainful look is what is given a child that has outgrown being disciplined with the cane.** Every situation has its appropriate response. *Tí ọmọ bá ti kọjá nínà, ó kùú ku àwòmọ́jú.*

**1859.** **If a child does not resemble the father, he (or she) should resemble the mother.** We take after our forebears and share their traits. *Tí ọmọ kò bá jọ ṣòkòtò, á jọ tòbí.*

**1860.** **A mad man may be fun to watch but no one wants to give birth to one.** Some things may be entertaining, but not desirable as a possession. *Wèrè dùn ún wò, kò ṣeé bí lọmọ.*

1861. **Others will see one as mad (when one uncoscionably misbehaves); only one's family members will understand that one is ill.** Outrageous behaviour not placed in proper context may be misunderstood. *Wéré lará ìta máa pè, ará ilé ló máa bá'ni mọ́ọ̀ làmódi.*

1862. **A mad person is accused of distorting his face; what else do mad people do?** Do not give a superfluous reason in defence of a rather obvious matter. *Wọ́n pe èyàn ní wèrè, a ló nfẹjú; kí ni iṣẹ́ wèrè?*

1863. **One seeks how to dissociate from someone, yet he requests that one waits for him at the bank of the river.** Do not display inordinate naivety; be perceptive. *A ńwá ọnà àti fi aṣiwèrè s'ílẹ̀, ó ní bí a bá dé òkè odò, kí a dúró de òun.*

1864. **The beautiful woman is adored by all, but the ugly one is on her own.** Be perceptive; everybody loves the winner, but when you lose, you lose alone. *Arẹwà, ti gbogbo ayé, èyí tí kò sunwọ̀n jẹ́ ti ara rẹ̀ nìkan.*

## OF PEACE & HAPPINESS

1865. **One cannot have honey in one's mouth and spit it out.** No one refuses a good proposition or opportunity. *A kì í fi oyin sí ẹnu, kí a sín itọ́ rẹ̀ dà'nù.*

1866. **No one hisses at seeing (pieces of) meat in a (plate of) soup.** No one frowns at good things or improvements. *A kì í rí ẹran lọbẹ̀, kí a p'òṣé.*

1867. **Only when oranges are not sweet does one eat a few; if the oranges are sweet, one will eat two hundred (lots of them).** No one refuses a pleasurable experience. *Àìdùn ọsàn lèyàn ò mu púpọ; bí ọsàn bá dùn a ó mu'gba.*

**1868. Unbridled disagreements destroy friendships.** Be moderate and tolerant. *Àríyànjiyàn ló ńba ọrẹ́ jẹ́.*

**1869. Even if a tree is fearsome, it must still cohabit with the others in the forest.** It is good wisdom to pursue peace, always. *Bí igi bá rorò, ó níláti bá igbó gbé.*

**1870. Whoever knows what darkness means, should not harm the moon.** Pursue good, always. *Ẹ̀dá tó mọ ìṣe òkùnkùn, kó má ṣe dá òṣùpà l'óró.*

**1871. We learn how to talk properly not how to fight.** Pursue peace; focus on communication and diplomacy. *Ẹjọ́ là ńkọ́, ẹnìkan kì í kọ́ ìjà.*

**1872. Whoever squats to dig the burrow of the bush rat should know God is digging his hole behind him as well.** Pursue goodness. *Ẹni tó bẹ̀rẹ̀ tó ńdẹ ihò òkété, Ọlọrun Ọba ńdẹ ihò tirẹ̀ náà lẹ́hìn.*

**1873. Whoever claims that honey is not sweet, must be unwell.** What is good is incontrovertible. *Ẹni tó lóyin ò dùn, ara rẹ̀ ni kò yá.*

**1874. Gbadamosi (name of a hypothetical person), who is determined to beat a drum with an implicating message should note that Aibuki (name of another hypothetical person) who is supposed to dance to it is not a fool.** Pursue goodness; do not assume you can take advantage of others, without consequences. *Gbàdàmọ́sí tó lóun yóò lu ìlù àkóbá, Aíbùkí tí yóò jo kì í ṣe ọbọ.*

**1875. Gbadamosi, who is beating a drum in a wicked manner, should know that Sule who will dance to it is not a monkey (that is not an idiot).** Pursue goodness; do not assume you can take advantage of anyone without consequences. *Gbàdàmọ́sí tó ńlù ìlù ìbàjẹ́, Súlè tí yóò jo kì í ṣe ọbọ.*

**1876. Gbadebo, who claims to know how to beat a drum in a questionable way should remember that Gbadamosi who does not dance to questionable tunes, exist.** Pursue goodness; do not assume you can take advantage of anyone without consequences. *Gbádébọ tó lóun mọ ìlùkúlù ńlù, kó rántí pé Gbàdàmọ́sí tí kì í jó ijókíjó wà.*

1877. **Comfort has nothing to do with age.** Peace and comfort appeal to all. *Ìdẹra kò kan àgbà.*

1878. **Strife never gives birth to a gentle offspring.** Shun strife; pursue peace. *Ìjà kì í bí ọmọ rírọ̀.*

1879. **A peaceful home (or life) is to be preferred than being honoured with titles.** Pursue peace. *Ilé san mí, dùn ju oyè lọ.*

1880. **One cannot be happy and not show it.** A happy countenance easily shows through. *Inú ẹni kì í dùn, ká paá mọ́ra.*

1881. **The belly cannot be so fearsome that it will not cohabit with the navel.** Pursue peace. *Inú ò ní rorò, kí ìdodo má báa gbé.*

1882. **The comfort of the tree is what assures the comfort of the bird (perched on it).** Pursue the common good; the good of all is the good of one. *Ìrọ̀rùn igi, ni ìrọ̀rùn ẹyẹ.*

1883. **One's possession cannot become two and one will be displeased.** No one objects to increases of a good thing. *Nǹkan ẹni kì í di méjì, kí inú ó bí'ni.*

1884. **You danced at Ifon, it became desolate; you danced at Ejigbo, it was shredded like clothes, yet, at Orangun you were twerking your hips; are you out to destroy all towns?** A charge against notoriety; we ought to pursue the utmost good and shun wickedness. *O jó ní Ifọ́n, Ifọ́n tú, o jó ní Èjìgbò, Èjìgbò fà ya bí aṣọ, o wá dé Ọ̀ràngún o tún ńjù'dí; ṣé gbogbo ìlú lo fẹ́ bàjẹ́ ni?*

1885. **A river that carries a tree across its flow path will not flow easily.** Pursue the common good; the good of all is the good of one. *Odò tó bá gbé igi ní ìbú, kò ní fi ara ire ṣàn.*

1886. **The rain is falling into the ditch and the little hill is angry (or displeased).** Rejoice and seek the good of all. *Òjó ńrọ̀ sí kòtò, gegele ńbínú.*

1887. **Dry morsel with peace is better than milk that is full of stress.** Pursue peace over wealth. *Òkèlè gbígbẹ pẹlu irọrun, ó sàn ju wàrà tó kún fún ìyọnu lọ.*

1888. **If a bird will not seek the ill of another, the sky is wide enough for all to fly without colliding.** There is no need to pull anyone down to rise; the world is big and endowed enough for all. *Tí ẹyẹ kò bá fín ẹyẹ níràn, ojú ọrun tó ẹyẹ ẹ́ fò láì fara kanra.*

1889. **If a child can obtain honey, he will discard the bean cake.** We all have a preference for a better experience. *Tí ọmọdé bá rí oyin, á sọ àkàrà nù.*

---

# LEADERSHIP

1890. **The white hen does not know (or appreciate) itself as an elder.** Develop leadership instincts. *Adìyẹ funfun kò mọ ara rẹ̀ lágbà.*

1891. **Without elders the city was ruined; with the father's death, the home was desolated.** Lamentation on worsening implication of absence of leadership. *Àgbà kò sí, ìlú bàjẹ́; baálé ilé kú, ilé di ahoro.*

1892. **To be without an heir is unbefitting of an elder.** Succession planning is crucial; a leader must groom a successor. *Àìlárẹ̀mọ kò yẹ àgbà.*

1893. **The untoward behaviour of those alive is what makes one pines for those who had gone.** Good legacy is crucial. *Àìṣedédé ará ayé, ló ńmú'ni rántí ará ọrun.*

1894. **There is no honour for a king who has no heir.** Succession planning is crucial to leadership. *Apọnle kó sì fún ọba tí kò ní àrólé.*

1895. **There is no honour for a king who has no queen (or wife).** Some things are not comely. *Àpọnlé kò sí fún ọba tí kò ní olorì.*

1896. **It is the leading sheep that leads the others astray.** Good leadership is crucial. *Aṣíwájú àgùntàn ni í da àgùntàn nù.*

1897. **The dismembered head of an elephant is not for a youngster to carry.** Some tasks require high levels of maturity. *Àtàrí àjànàkú, kì í ṣe ẹrù ọmọdé.*

1898. **Only an incapable husband offers suggestions, the capable one gives firm directions (or instructions).** Leaders should be firm and decisive. *Baálé tí kò bá tó baálé ṣe ló ńdàbá; èyí tó bá tó baálé ṣe, àṣẹ ló máa pa.*

1899. **Even if a husband is smaller in size than a cat, the head of his home he remains.** Appearance is quite often irrelevant; leadership is by content not appearance. *Bí ọkọ bá kéré ju ológìnní lọ, baálé ilé ni yóò máa jẹ́.*

1900. **If a youngster does not know the difference between the "ewe" and "owe" leaves, we simply fetch one on the left hand and the other on the right hand, to show him.** Ignorantly errant behaviour should be patiently, but firmly corrected. *Bí ọmọdé kò bá mẹ̀wẹ̀ tí kò mòwè, àá sì já ẹwẹ̀ sí ọwọ́ ọtún, àá já òwè sí ọwọ́ òsì fún un ni.*

1901. **If a youngster lives long, he will become an elder, eventually.** Youngsters of today are the elders of tomorrow. *Bí ọmọde ò kú, àgbà ní yóò dà.*

1902. **Horses follow the lead of the horse ahead of them.** A group is defined by its leader. *Ẹṣin iwájú, ni ti ẹ̀hìn ńwò sáré.*

1903. **Chicks follow behind their mother hen.** Followers ought to follow the leader. *Ẹ̀hìn ni ọmọ adìyẹ ńtọ ìyá rẹ̀.*

1904. **Wherever an elder gets to is where a youngster grows up to meet him, eventually.** Youths of today are elders of tomorrow. *Ibi àgbà bá dúró sí, lọmọdé ńbá a.*

1905. **The mouth can only report as far as the eyes can see.** We can only know as far as we can see. *Ibi tí ojú bá rí dé, ni ẹnu ńròhìn mọ.*

**1906. However far one sees, marks the end of a journey.** The depth of one's vision determines one's destination. *Ibi tí ojú bá rí mọ, òun lòpin ìrìn àjò.*

**1907. Wherever the host points out as the way is where the guest treads.** Follow the lead of those ahead of you; do not assume you know more. *Ibi tí onílé bá fi ọnà sí, ibẹ̀ náà l'àlejò ńtọ̀.*

**1908. Fire goes out and is covered with ashes; the plantain plant dies and is replaced by its rootstock.** Succession plan is crucial; plan for your legacy. *Iná kú fi eérú bojú, ọgẹ̀dẹ̀ kú fi ọmọ rẹ̀ rọpò.*

**1909. The path identified by needle is the one followed by the thread.** Leadership is crucial; it determines the path towed by followers. *Ìpa abẹ́rẹ́ ni okùn ntọ̀.*

**1910. A family head under whose watch the family collapsed or became desolate is to be blamed.** The buck stops with the leader; he is ultimately responsible for overall failure or success. *Olórí ilé tí ilé bá tú mọ́ lórí, òun ló lẹ̀bi ọ̀rọ̀.*

**1911. The head never changes to become the tail.** Focus on progression; the leader ought not to become a follower. *Orí kì í padà di ìrù.*

**1912. A fish rots from the head.** Leadership is crucial; it defines the followers. *Orí la ti í mọ ẹja tó ti bàjẹ́.*

**1913. A king, who was enthroned through deception, would be deposed through rebellion.** Deception does not pay, ultimately. *Ọba tó fi ọnà èbùrú gba adé; ọtẹ̀ ni yóò bá wàjà.*

**1914. A king who ushered in peace will not be forgotten; the one who brought desolation will not be forgotten, as well.** Your legacy is crucial; be mindful of it. *Ọba tó jẹ tí ilù tòrò, orúkọ rẹ̀ kò ní parẹ́; ọba tó sì jẹ tí ilù túká, orúkọ rẹ̀ náà kò ní parẹ́.*

**1915. Even if diminutive in size, the Akarigbo remains the overall ruler of Remo town.** Leadership is not by appearance, but by substance. *Tí Àkárìgbò bá ti lẹ̀ mọ bíńtí, òun l'olórí gbogbo Rẹ̀mọ.*

1916. **If the snail crawls, its shell will follow along.** Followers follow the lead of their leader. *Tí ìgbín bá fà, ìkarahun á tè̩ le.*

1917. **When one iron presses upon another, one of them must bend eventually.** A leader will always emerge and is always needed in most structure. *Tí irin bá kan irin, ìkan máa ńtè̩ ni.*

1918. **Once Fulani (a person of northern Nigeria's extraction) cattle-rearer is ready, the cattles are, as well.** Once the leader is ready, so will be the followers; leadership is crucial. *Tó bá ti yá Fúlàni, ó ti yá màlúù ni.*

1919. **If the village head is somersaulting, we should find his guard on a tree.** Whatever troubles the leader may well adversely impacts every follower. *Tí olórí ìlú bá ńtàkìtì, orí igi ló ye̩ ká ti bá e̩lé̩mo̩s̩o̩.*

1920. **Upon falling, a youngster looks ahead (for help); an elder looks back (for the cause).** Prevention is better than cure; Good to look for help after a fall, but better to prevent a recurrence by seeking the cause. *Bí o̩mo̩dé bá s̩ubú á wo iwájú; bí àgbà bá s̩ubú á wo è̩hìn.*

1921. **If the eyes are not blind, the legs will not miss the way.** Vision is crucial: you cannot get what you cannot see. *Bí ojú kò bá fo̩, e̩sè̩ kì í s̩ìnà.*

---

# MATURITY

1922. **A matured (hunting) dog does not mess up animals' hides.** Maturity imposes limitation. *Àgbà ajá kì í ba awo̩ e̩ranko je̩.*

1923. **Elderly persons should not behave childishly.** Those looked upon as elders should not exude immaturity. *Àgbà kì í s̩e orò bí èwe.*

1924. **An elder cannot be in the market and the head of a child (backed by the mother) will be bent.** Maturity imposes limitation. *Àgbà kì í wà ló̩jà, kí orí o̩mo̩ tuntun wó̩.*

**1925.** **An elderly person does not wash his hands (concluding his meal) and still insists he'll eat some more.** An elder should neither be inconsistent nor greedy. *Àgbàlagbà kì í wẹ ọwọ́ tán, kó ní òun yóò jẹ sí i.*

**1926.** **If one outgrows the loincloth, one ought to leave it for one's child.** Reflect maturity. *Bí a bá d'àgbà kọjá bàntẹ́ onírù, ọmọ ẹni là ńbọ́ ọ fún.*

**1927.** **If a youngster is preparing pounded yam with ashes; an elder should not prepare yam flour meal with sands.** An elder should show maturity, even if a youngster behaves inappropriately. *Bí ọmọdé bá ńgún iyán eéru, àgbà ò gbọdọ̀ ro ọkà iyẹ̀pẹ̀.*

**1928.** **The corn meal without leaves (wrappings) does get inspected by an elder.** The elders take responsibilities for exceptions. *Ẹ̀kọ tí ò l'éwé, òun l'ágbá ńgbà yẹ̀'wò.*

**1929.** **Whoever is crowned king is no longer a youngster.** Leadership responsibilities can compel and accelerate maturity. *Ẹní dádé ti kúrò lọ́mọdé.*

**1930.** **Whoever enthrones a slave wants to wreck the world.** A neophyte should not be entrusted with sensitive responsibility; inexperience can be risky. *Ẹni gbé adé ọba fún ẹrú, fẹ́ pa ayé run ni.*

**1931.** **Were the wild boar to act like pigs, it would have destroyed the town and were a slave to be enthroned king, the town would have been desolated.** Positions of high-sensitivity should not be for neophytes. *Ìmàdò ì bá ṣe bí ẹlẹ́dẹ̀, a bà ìlú jẹ́, ẹrú ì bá jọba, ará ìlú ì bá tí kù kan.*

**1932.** **With long life, a youngster will also experience whatever kept the eyes of elderly persons deep in their sockets.** With long life, a youngster will have the varied experience of elderly persons. *Ohun tó mójú àgbà jin kòtò, tí ọmọdé náà bá pẹ́ láyé ojú u rẹ á rí i.*

**1933.** **Youths eventually grow to meet up with elders.** Do not despise or ignore the youths of today; they are the elders of tomorrow. *Ojú kan náà, lèwe ńbá àgbà.*

1934. **An elderly person cannot get robbed without first having the premonition.** With experience, one can see beyond the obvious. *Olè kì í jà àgbà, kó má ṣeé lójú firí.*

1935. **The same head one has as a youngster is still on one's neck.** Some traits persist until old age. *Orí tí a fi ṣe èwe, ṣì ńbẹ lọ́rùn.*

1936. **One's child cannot outgrow being reproved.** One never grows up to one's parents. *Ọmọ ẹni kì í dàgbà, kó kojá à ti báwí.*

1937. **A youngster may identify that a kolanut tree has fruits; only an elder can declare the fruits as matured.** Experience (and maturity) often does make a difference. *Ọmọde ló ńsọ pé obì so, àgbà ló ńsọ pe obì gbó.*

1938. **One ought to cease acts of aggression as one grows older.** As we grow old and mature, we ought to let go of some things. *Tí èyàn bá ńdàgbà, ó máa ńyé ogun ńjà ni.*

1939. **When old, the bush rat is suckled by its offspring.** Eventually elders depend on those they've raised. *Tí òkété bá dàgbà, ọmú ọmọ rẹ̀ ló máa mu.*

1940. **If a youngster wants to act like an elder, his age will not let him.** Our maturity can place a limit on our attitude. *Tí ọmọdé bá fẹ́ ṣiṣe àgbà, ọjọ́ orí rẹ̀ kò ní jẹ́.*

1941. **When a youngster grows to become an elder, he is supposed to be wise.** Wisdom typically comes with age. *Tí ọmọdé bá gun òkè àgbà, ó níláti gbọ́n.*

1942. **If youngsters behave childishly, elders ought to act with maturity.** Some behaviour may be tolerable if coming from a youngster, but not from an adult presumed more matured. *Tí ọmọdé bá ńṣe bí ọmọdé, àgbà á máa ṣe bí àgbà.*

# DECISIVENESS

**1943.** **A house cannot harbour rats and harbour snakes (since snakes prey on rats).** This refers to two mutually-exclusive scenarios; you cannot eat your cake and have it. *Ilé ò ní gba eku, kó tún gba ejò.*

**1944.** **Kings make decisions not suggestions.** Be decisive; indecision can be risky. *Àṣẹ l'ọba ńpa, ọba kì í dá àbá.*

**1945.** **If a monkey is not killed in the presence of other monkeys, offspring of monkeys will not revere one.** Be assertive. *Bí a kò pa ìjímèrè han ìjímèrè, ẹrù kò ní ba ọmọ ìjímèrè.*

**1946.** **If one does not know one's destination, one should at least know where one is coming from.** If the future is not clear, the past should be. *Bí èyàn kò bá mọ ibi tó ńlọ, á mọ ibi tó ti ńbọ.*

**1947.** **Even if the farm is as nice as the home, one ought to stick with one.** Be decisive and focused. *Bí oko bá tilẹ dára bí ilé, ibi kan lèyàn ńfọwọ ọ mú.*

**1948.** **When asked to eat it, you claimed it is a mere bone; yet when asked to discard it, you claimed it contains a little meat.** Be decisive. *A ní kí ẹ jẹẹ, ẹ léegun lásán ni; a ní kí ẹ gbée sọnù ẹ lẹran díẹ wà ńbẹ.*

**1949.** **If there are two (competing) obligations, one ought to simply pick one.** Be decisive and focused. *Bí túlàsì bá di méjì, ọkan là á mú.*

**1950.** **It is with one's mouth that one rejects what one will not to eat.** You must declare what you are unwilling to accept. *Ẹnu ẹni la fi í kọ́ méè jẹ.*

**1951.** **Only an indecisive animal gets killed by the hunter.** Indecision can be risky. *Ẹranko tó bá ṣiyèméjì, lọdẹ ńpa.*

**1952.** **Efforts made not to lose the respect of a host and not to lose the respect of a guest would often leave one losing one's self-respect.** Be decisive; you cannot eat your cake and have it. *Máà tẹ lọwọ onílé, máà tẹ lọwọ àlejò, olúwarẹ yóò tẹ lọwọ ara rẹ ni.*

**1953.** **One must choose between the chick and the egg.** Be decisive; you cannot eat your cake and have it. *Nínú òròmọadìyẹ àti ẹyin rẹ, ọkan lèyàn máa fọwọ́ mú.*

**1954.** **Wealth results from boldness (of action), while deprivation is a consequence of timidity (or indecision).** Avoid indecision and risk averseness. *Ọdájú ló bí owó, ìtìjú ló bí gbèsè.*

**1955.** **Only an indecisive hunter gets killed by an animal (in the forest).** Be decisive; indecision can be costly. *Ọdẹ tó bá ṣiyèméjì, òun lẹranko ńpa.*

**1956.** **Only an indecisive animal gets killed by a hunter (in the forest).** Be decisive; indecision can be costly. *Ẹranko tó bá ṣiyèméjì, òun l'ọdẹ ńpa.*

**1957.** **One should walk confidently; wealth (or lack of it) is what makes one sneak or move unobtrusively.** Be decisive. *Ṣàn án là ńrìn, ajé ni í mú'ni í pẹ kọrọ.*

**1958.** **An elder decisively spits his saliva clear and direct; if it comes thick, so be it.** Be decisive; shun discrimination or psychophancy. *Ṣáká làgbà ńsín itọ́, tó ba máa yi, kó yi.*

**1959.** **Saliva should be spat out, clear and direct; if saliva comes out too thick (to be spat out), it is connected with epilepsy.** If there is no unusual reason, no one should have issues with being decisive. *Ṣáká làá ńsín itọ́, tí itọ́ bá yi láyijù, ó ní ọwọ́ kan wárápá ni.*

---

## LEGACY

**1960.** **A hen cannot die and its eggs will be thrown away.** Preserve the good legacy of your predecessors. *Adìyẹ kì í kú, kí a da ẹyin rẹ̀ nù.*

**1961.** **Whatever is done today becomes history tomorrow.** Be mindful of your legacy. *Ohun tí a bá ṣe lónìí, ọrọ̀ ìtàn ni bó d'òla.*

**1962. We cherish our child with what we have.** What we have is eventually going to be passed on to our children. *Ohun tí a ní, la fi ńkẹ́ ọmọ ẹni.*

**1963. An eye cannot go blind and its socket will be destroyed.** We are outlived by our legacy. *Ojú kí ì fọ́, kí koto rẹ̀ parun.*

**1964. Even if a cap designer no longer designs caps, those already designed would remain.** We are outlived by our legacy. *Bí asíndẹ kọ̀ tí kò sín idẹ mọ́, èyí tó ti sín ò leè parun.*

**1965. Even if a calabash carver no longer carves calabashes, those already carved would remain.** We are outlived by our legacy; keep up your good work. *Bí onírèsé bá kọ̀ tí ò fín igbá mọ́, èyí tó ti fín ò leè parun.*

# CHAPTER EIGHTEEN

---

# Love, Desires, Fate, and Godliness

## LOVE & DESIRES

1966. **Wherever one's love bears fruits is where one resigns oneself.** We are inclined to identify and stick with where we get results. *Ibi tí ìfẹ́ ẹni bá so sí, ibẹ̀ náà la ńdìrọ̀ mọ́.*

1967. **Love is blind; a woman one really loves seldom has faults.** If there is a blemish, love will not see it. *Ìfẹ́ fọjú; obìnrin táa bá fẹ́ràn kì í ní àlébù.*

1968. **The true love of ducks to its ducklings is why it places them in its front; whereas the shallow love of the hen to its chicks is why it walks ahead of them enabling a hawk to pick them up.** Love is active; our actions quite often reflect the depth of our love. *Ìfẹ́ tí pẹ́pẹ́yẹ ní sí àwọn ọmọ rẹ̀, ló jẹ́ kó kó wọn sí iwájú; ìfẹ́ àìdénú tí adìyẹ ní sí àwọn ọmọ tirẹ̀, ló fi ńkó wọn sí ẹhìn, tí àwòdì fi ńgbé wọn lọ.*

1969. **A loving relationship will ultimately lead to separation between the two people involved, if they do not have children.** Children in a loving relationship are the glue that cements the relationship. *Ìjà ni í gbẹ̀hìn àlè, tí kò bá sí ọmọ láàárín wọn.*

1970. **The frog dropped its baby to back its mate, "Husbands are crucial" it said.** People make decisions and choices, even if these seem irrational, on the basis of what is crucial to them. *Ọ̀pọ̀lọ́ gbé ọmọ sílẹ̀ ó gbé ọkọ pọ̀n, ó lọ̀rọ̀ ọkọ bàntà banta ni.*

**1971.** **The presence of beard is how a goat that loves its he-goat mate is identified.** We tend to share the values of those we respect and love. *Irùngbọ̀n la fi ńmọ ewúrẹ́ tó ní ìfẹ́ ọkọ rẹ̀.*

**1972.** **Mothers are gold and fathers are mirrors; the day a mother dies is when the gold perishes and the day a father dies is the day the mirror gets dipped in water.** Reflects Yoruba people's world-view and respect for motherhood. *Ìyá ni wúrà, baba ni díńgí; ọjọ́ tí ìyà bá kú ni wúrà ṣègbé, ọjọ́ tí baba bá kú ni díńgí wọ omi.*

**1973.** **Inordinate possessive acts of a husband over the wife will result in needless stress to him.** Do not be possessive. *Máṣu mátọ̀ obìnrin, ínira ló ńmú wá fún ọkọ.*

**1974.** **A woman is never too old to her husband; even if she's lost all her teeth, a maiden she remains to her mate.** Love is it; with love, other concerns pale. *Obìnrin kì í dàgbà jù lọ́wọ́ ọkọ rẹ̀; bí eyín bá ku méjì lẹ́nu ìyá, ọmọge ni lójú baba.*

**1975.** **A woman one loves seldom has any blemish (or fault).** If it is wrong, love will not see it. *Obìnrin tí a bá fẹ́ràn, kì í ní àléébù.*

**1976.** **If a woman is not jealous, her soup will not be tasty.** Jealousy and other passions could motivate to excellence. *Obìnrin tí kò bá ńjowú, ọbẹ̀ rẹ̀ kì í dùn.*

**1977.** **A woman who had issues in her husband's house cannot be good in her son's house; she would take her son's wife as a rival.** Character cannot be compartmentalised; we always act consistent with who we are. *Obìnrin tí kò dára ní ilé ọkọ rẹ̀, kò lè dára ní ilé ọmọ rẹ̀, ìyàwò ọmọ rẹ̀, ni yóò máa bá ṣe orogún.*

**1978.** **A woman who is disagreeable with her husband will not be long in the marriage.** Good character makes a difference; cultivate it. *Obìnrin tó bá ńgbó baálé ilé lẹ́nu, kì í gbé ilé ọhún di alẹ́.*

**1979.** **The beauty of a woman who is beautiful, but ill-mannered is ruined already, she just has not noticed.** Good character makes a difference; cultivate it. *Obìnrin tó l'ẹ́wà tí kò ní ìwà; ẹwà a rẹ̀ ti bàjẹ́, kò tí ì fura ni.*

1980. **What we desire is what we reflect with pride.** We are proud to have or be with whatsoever or whomsoever we desire. *Ohun tó bá wu'ni la fi í yangàn.*

1981. **A woman who is jealous cannot put on weight; regardless of how jealous she is, she cannot be satisfied.** Avoid jealousy; it breeds dissatisfaction. *Òjòwù kì í lẹ́ran láyà, bó jowú títí kò lè yó.*

1982. **The eyes cannot see a beautiful woman and not acknowledge her.** The eyes cannot but give attention to beauty. *Ojú kò ní rí arẹwà, kó má kí i.*

1983. **Whoever has no gut for trouble should not marry two wives (or dabble into polygamy).** Polygamy can be stressful. *Ọkàn ẹni tí kò lórúnkún ẹjọ́, kì í fẹ́ ìyàwó méjì.*

1984. **A man who is living off his wife is eating faeces.** This reflects the world-view of the Yoruba people on marital responsibility of the man. *Ọkùnrin tí ìyàwò rẹ̀ ńbọ́, imí ló ńjẹ.*

1985. **A man housed by his in-laws is sleeping on a refuse dump.** This reflects the world-view of the Yoruba people on marital responsibility of the man. *Ọkùnrin tó ńsun ilé àna rẹ̀, orí àkìtàn ló ńsùn.*

1986. **A man clothed by his wife is walking around, naked.** This reflects the world-view of the Yoruba people on marital responsibility of the man. *Ọkùnrin tó ńwọ aṣọ ìyàwò rẹ̀, ìhòhò ló ńrìn.*

1987. **What we love the most is what we possess in abundance; a man who owns two hundred slaves died, and found to own only one item of clothing; the man with two hundred pawn servants died and found to have no trousers.** We value what we love. *Ńkan tó bá wu'ni ni í pọ̀ lọ́là ẹni; onígbaẹrú kú, aṣọ rẹ̀ jẹ́ ọkan ṣoṣo; onígbaìwọfà kú, kò ní ṣòkòtò.*

**1988. All persons are top performers to their respective mothers.** We are tolerant of those we love. *Gbogbo ọmọ ló ńjẹ́ jagun, lójú ìyá a rẹ̀.*

**1989. The eyes never get bored of seeing (or watching).** Not difficult to persist when you do what you love. *Ìran kì í sú ojú.*

**1990. Only the person we do not want to visit is the one who lives afar.** We always have time, resources and grit for whatever sustains our interest and enough excuses for whatever we loath. *Ẹni tí a kò bá fẹ́, ni ilé rẹ̀ ńjìnnà.*

**1991. We are blind to the faults of those we love.** With love, every other concerns pale. *Ẹni a fẹ́, kì í ṣi ìwà hù.*

**1992. You do know who you love for sure, but you cannot really be certain of who loves you.** Be perceptive. *Ẹni a fẹ́ la mọ̀, a kò mọ ẹni tó fẹ́'ni.*

**1993. Our hearts do pine for who we want, albeit there are people around, each waking day.** To be lonely is not for want of people around. *Ẹni táa fẹ́ rí, la fẹ́ rí, kò sí ọjọ́ táa jí táà rí èyàn.*

••●●●••

# FATE & DESTINY

**1994. The elephant was right in the forest before the lion was crowned king.** Destiny cannot be controverted. *Àjànàkú wà nínú igbó, kí a tó mú kìnìún d'ádé.*

**1995. Kindness will not necessarily come from one's siblings but those divinely sent to one.** Help may not necessarily come from expected sources. *Àjùmọ̀bí kò kan ti àánú, ẹni orí rán sí'ni ló ńṣe'ni lóore.*

**1996. No matter how early a farmer is, he will find the tree stump at the farm.** Destined superiority is incontestable; it must be accepted. *Bí agbẹ ti wù kí ó tètè jí tó, oko ní yóò bá kùkùté.*

1997. **When a goat's appointment with death is due, he will dare the butcher.** People act in ways that are consistent with their destinies. *Bí ọjọ́ ewúrẹ́ bá pé, a ní kò sí ohun tí alápatá lè fi òun ṣe.*

1998. **When it is time for a bird to die, it has nothing to do with its inability to fly.** Some undesirable events may be destined and not necessarily due to one's mistakes or errors. *Bí ọlọ́jọ́ ẹyẹ bá pé, kò kan ti àimọọ́fò.*

1999. **No one knows the yam that will be the last in the barn.** No one knows tomorrow; no one can accurately predict the future. *A kò mọ iṣu tí yóò k'ẹ̀hìn ọgbà.*

2000. **If someone destined to suffer has not suffered, suffering must be busy with some other fellows.** Most afflictions are self-inflicted. *Bí ìyà kò bá tí ì jẹ ẹni ìyà, ìyà ńrí nǹkan kan pa ẹnu lọ́wọ́ ni.*

2001. **The buffalo was very well in the plains before the lion was ranked as the king (of animals).** Destiny cannot be controverted. *Ẹ̀fòn ńbẹ lọ́dàn, káa tó fi kìnìún jọba eranko.*

2002. **The touraco (bird) would love to spot white feathers like the egret (bird), but its destiny would not let it.** We are more influenced by our destined purpose, as reflected in our talents, gifts and environmental factors than we imagined. *Ó wu agbe kó funfun bí i lékeléke, ṣùgbọ́n kádàrá ni ò jẹ́.*

2003. **Oloruntowo (name of a dog) is affected by its destiny; it is not really a lousy dog.** Some issues are defined by factors beyond the control of those affected. *Orí ló ńdààmú Ọlọ́runtówò; Ọlọ́runtówò kì í ṣe ajá k'ájá.*

2004. **Whoever is destined to fry pop corns comes endowed with the needed frying pan.** Destiny cannot be efficiently changed; our endowments and talents reflect our purpose in life. *Orí tó máa yan gúgúrú, ọrun ló ti máa gbé agbada wá sí ayé.*

2005. **If a person destined to eat plantain for supper, was given a plate of pounded yam, he would break the plate.** We act in consistency with our destiny. *Orí tí yóò jẹ ọgẹ̀dẹ̀ sùn, bí wọ́n gbé igbá iyán wá fun, yóò fọ́ ọ.*

2006. **Even if the head of someone destined to receive knocks is covered with a cap of iron, he will remove the cap.** We act in consistency with our destiny. *Orí tó máa jẹ ìkó, bó dé fìlà irin, á ṣí i.*

2007. **Even if one places the child destined for the floor on a mat, he will still roll back unto the floor.** People act in a manner consistent with their destiny. *Ọmọ ilẹ̀ẹ́lẹ̀, tí wọ́n bá gbée sí orí ẹni, á padà yí sílẹ̀ ni.*

•••●●● ●••

# GOD'S SOVEREIGNITY

2008. **Man proposes; God disposes.** No one knows tomorrow; do not give up. *Rírò ni tèèyàn, ṣíṣe ni t'Olúwa.*

2009. **Farmers merely sow efforts; God alone knows how the yams get formed.** Man proposes; God disposes. *Ìyànjú l'àgbẹ̀ ńgbìn, Elédùà nìkan ló mọ bí iṣu ṣe ńta.*

2010. **Only God knows how many people the rain that is falling will beat before subsiding.** Man proposes; God disposes; only God knows how any matter will ultimately resolve. *Òjò tó ńrọ tí kò dá, Ọlọrun ló mọ oye ẹni tó lè pa.*

2011. **If a man knows his destined path to success for sure, he will hustle less.** Man proposes, but God disposes. *Tí ẹdá bá mọ iṣẹ́ àṣelà ni, ìwọ̀nba ni làálàá máa mọ.*

2012. **No one knows his future for certain; else one would have prepared for it, ahead of time.** Only God knows the future. *Orí ò mọ ibùsùn; ì bá tún ibẹ̀ ṣe láàárọ̀.*

2013. **Had one known a day losses would be experienced for sure, one would not have woken up.** Man proposes, God proposes. *Tí èyàn bá mọ ọjọ́ àṣedànù, ì bá fi gbogbo ọjọ́ náà sun àsùnwọra.*

•••●●● ●••

# HOPE AND GODLINESS

**2014.** **One cannot know God's name (or really know God for sure) and suffer.** God is a present help. *A kì í mọ orúkọ Ọlọrun, kí ìyà ó jẹ'ni.*

**2015.** **Whoever refuses to worship God will end up worshipping lesser gods.** To reject God is to accept the consequence of His absence. *Ẹni tó kọ̀ tí kò sin Ọlọrun, òrìṣà kéekèèké tí kò to Ọlọrun ló máa sìn.*

**2016.** **Whoever pleads with God will not need to plead with any man.** Nothing is beyond Him; keep hope alive. *Ẹni tó ńbẹ Ọlọrun, kì í bẹ èyàn.*

**2017.** **Only God's blessing makes one rich without hassles.** Seek and place your hopes on Him. *Ìbùkún Olúwa ni í mú'ni í là, láì ṣe làálàá.*

**2018.** **No man can uproot a tree planted by God.** No one can stop what God has ordained. *Igi tí Ọlọrun bá gbìn, kò sí ẹni tó lè fàá tu.*

**2019.** **God's land of mercy never goes dark.** God's mercy never runs out; keep hope alive. *Ilẹ̀ àánú Olúwa kì í ṣú.*

**2020.** **Hurried quest does not translate to wealth and working like a slave often leads nowhere.** Ultimately, it is God who blesses. *Kìrà kìtà ò dọlà; ká ṣiṣẹ́ bí ẹrú ò da nǹkan.*

**2021.** **What is sweet, what is much and what endures are all from God.** Ultimately all blessings are from God. *Kó dùn, kó pọ̀, kó pẹ́, Ọlọrun ló ńfún'ni.*

**2022.** **No one can cover up the glory of the sun with his hands.** Who God has blessed, no one can curse. *Kò sí ẹni tó lè fi ọwọ́ bo ògo òòrùn.*

**2023.** **The rat has no one but God, to report the cat to.** Let go of whatever is beyond you and let God. *Kò sí ẹni tí èkúté máa fi ẹjọ́ ológbò sùn, àfi Ọlọrun Ọba.*

**2024.** **There is nothing much that will not get exhausted, except the grace of God.** Only the blessing from God endures. *Kò sí ohun tó pọ̀ tí kì í tán, àfi ọlá Ọlọ́run.*

**2025.** **It is God who fends off flies for a cow that has no tail.** God helps those who cannot help themselves. *Màlúù tí kò ní ìrù, Ọlọ́run ni í lé eṣinṣin fún un.*

**2026.** **The palm fronds look up to no one, but God alone.** Look up to God alone. *Màrìwò kò wo 'jú ẹnìkan, à fi Ọlọ́run.*

**2027.** **A rich man is not God, he is simply favoured.** Look up to God alone, there is nothing anyone has, which he or she has not received by God's favour. *Olówó kì í ṣe Ọlọ́run, àṣírí rẹ̀ ló bò.*

**2028.** **God has not created the person He cannot apprehend (if need be).** No one is beyond God's reach. *Ọlọ́run kò tí ì dá, ẹni tí kò lè mú.*

**2029.** **Only God can truly and properly adjudicate a matter.** Nothing is hidden to God. *Ọlọ́run nìkan, ló mọ ẹjọ́ dá.*

**2030.** **God who created the mouth had also created what we would all be feeding it.** Worry less; keep hope alive. *Ọlọ́run tó dá ẹnu, ti dá ohun tí káluku máa fi sí i.*

**2031.** **When a prayer is answered, the person who prayed will be overwhelmed.** Prayers work; answers may be so complete as to be overwhelming. *Tí àdúrà bá gbà tán, apá aládúrà ò ní ka.*

**2032.** **The crowning of the lion as king (of animals) is not without God's knowledge.** Nothing escapes God's knowledge and attention. *À ti d'adé kìnìún kò ṣe ẹ̀hìn Olódùmarè.*

**2033.** **As easy to accomplish as what God sanctions, and as difficult to do as what He opposes.** If God is in it, it will work out. *Adùn-ńṣe bí ohun tí Ọlọ́run lọ́wọ́ sí, aṣòroóṣe bí ohun tí Ọlọ́run kò fẹ́.*

**2034.** **Prayers are better than curses; if a prayer is not more than the tip of a finger nail, it is better than a basket-full of curses.** Treasure prayers and blessings; engage in acts (of kindness, etc) that attract prayers (goodwill) from others rather those that bring curses.

*Àdúrà yá ju èpè; tí àdúrà bá mọ bí orí èékánná, ó yá ju èpè agbọn kan lọ.*

2035. **God's messenger never grows weary.** God cannot be overwhelmed with man's needs. *Agara kì í dá oníṣẹ́ Ọlọrun.*

2036. **It is not about physical size; honour is bestowed on whoever God blesses.** Ultimately, it is God who blesses man's efforts. *Àgbà gbàngbà kọ́ a ńwí, ẹni tí Ọlọrun bá ṣe ní ògo, ògo ni.*

2037. **Whoever places his hope in God will not hope in vain.** God is faithful; His help is sure. *AgbọkànlÓlúwa kò ní jogún òfo.*

2038. **It is the slow walker that goes home with the title; the fast runner misses the award.** The race is not necessarily to the swift. *Arìngbèrè ni yóò mú oyè dé ilé, asúrétete kò bá oyé jẹ.*

2039. **Sugarcane came with its sweetness from heaven (by destiny).** Some results are not based on our efforts. *Àtọrun ni ìrèké ti mú adùn wá.*

2040. **There's wealth in Lagos, there are riches in Ibadan, are only relevant if they are consistent with one's destiny.** Ultimately, all blessing comes from God. *Èkó lowó wà, Ìbàdàn lọrọ̀ wà, tó bá bá kádàrá ẹdá mu ni.*

2041. **The devil will not give one food, without holding a cane (to flog one) in his hand.** Better to stay with God. *Èṣù kò ní fún'ni lóuńjẹ, kó má yọ ẹgba lọ́wọ́.*

2042. **The devil built you a house and you complain that it is a tiny house; did he tell you he wants it big enough for you to live in?** Do not expect satisfaction from whatever is obtained from the devil. *Èṣù kọ́ ilé fún ẹ, o ló kéré; ṣe ó ní kó tó ẹ ńgbé ni?*

2043. **A leaf will not drop off a tree without God's foreknowledge.** Nothing surprises God and nothing escapes His attention. *Ewé kan kì í bọ́ lára igi, kí Ọlọrun Ọba má mọ.*

**2044.** **We may say what we please; it is God's will that will get done.**
Man proposes; God disposes. *Èyí ó wù á wí, t'Olúwa làṣẹ.*

**2045.** **Those ignored by man should rejoice; but those ignored by God
should be concerned.** Conduct your affairs not just to please man
but to be approved of God. *Ẹni èyàn kò kí kó yọ̀; ẹni Ọlọrun kò kí kó
ṣọra.*

**2046.** **Whoever places his hope on God, will not hope in vain.** God never
fails. *Ẹni gbé ọkàn lé Olúwa, kò ní jogún òfo.*

**2047.** **God's blessing never runs out.** Place your hope on God. *Ọlá
Ọlọrun kì í tán.*

**2048.** **God, who is cooking the soup, has not left the kitchen.** Do not lose
hope; nothing is beyond God. *Ọlọrun tó ńse ọbẹ̀, kò kúrò ní ìdí ààrò.*

**2049.** **Lines were found on the palms, no one knew who made them.**
Some blessings are not due to one's effort. *Àtẹ́wọ́ la bá ilà, a kò mọ
ẹni tó kọọ́.*

# INDEX

# OTHER BOOKS FROM THE AUTHOR

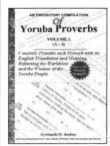  ***An Expository Compilation of Yoruba Proverbs***, which comes in 2 Volumes, provides over 2,500 Yoruba proverbs, arranged alphabetically. Each proverb comes with its English language translation and underlying meaning.

 ***Yoruba Proverbs Handbook*** provides over 2,500 Yoruba Proverbs along with their concise English translations in a clear, breezy and easy-to-read style, proving a handy reference to anyone on the go.

 ***Egbegberun Owe Yoruba***, written completely in Yoruba, provides a collection of 5,000 Yoruba proverbs listed alphabetically. It is unarguably one of the largest resource on Yoruba proverbs, currently.